आपल्या
स्नेहीजनांना
पुस्तके
भेट द्या

गवती समुद्र

नातेसंबंधांचं हळुवार चित्रण असलेली हृद्य कादंबरी...

लेखक
कॉनरॅड रिश्टर

अनुवाद
शान्ता ज. शेळके

D9900296

मेहता पब्लिशिंग हाऊस

Please contact us at **Mehta Publishing House,** Pune 411030.
✆ +91 020-24476924 / 24460313
Email : production@mehtapublishinghouse.com
Website : www.mehtapublishinghouse.com

- *या पुस्तकातील लेखकाची मते, घटना, वर्णने ही त्या लेखकाची असून त्याच्याशी प्रकाशक सहमत असतीलच असे नाही.*

THE SEA OF A GRASS by CONRAD RICHTER

Copyright © Mehta Publishing House

Translated into Marathi Language by Shanta J Shelke

गवती समुद्र / अनुवादित कादंबरी

अनुवाद : शान्ता ज. शेळके
Email : author@mehtapublishinghouse.com

प्रकाशक : सुनील अनिल मेहता, मेहता पब्लिशिंग हाऊस,
१९४१, सदाशिव पेठ, माडीवाले कॉलनी, पुणे - ४११०३०.

मुखपृष्ठ : सरदार जाधव

प्रथमावृत्ती : १ मार्च, १९६२ / १९९३ /
मेहता पब्लिशिंग हाऊस यांची तृतीय आवृत्ती : नोव्हेंबर, २०१७

P Book ISBN 9789387319622
E Book ISBN 9789387319639
E Books available on : play.google.com/store/books
www.amazon.in

ल्यूटी

१

अमेरिकेत प्रथम वसाहत करणाऱ्या धाडसी लोकांच्या नसांत खेळणारे, नवनव्या अज्ञात प्रदेशांचा शोध घेऊ पाहणारे ते उष्ण, साहसी, जोमदार रक्त आता कायमचे थंड झाले आहे- खच्ची करून माणसावळलेल्या रानटी घोड्यासारखे. मानवी सत्तेखाली आणलेल्या सीमेवरील वसाहतीसारखे. तोंडाशी फेस आलेल्या घोड्यावर बसून आपल्या अफाट पसरलेल्या कुरणांतून वेगाने दौड करणाऱ्या, किंवा पोटमाळ्यावरील एखाद्या खोलीप्रमाणे फर्निचरवाचून मोकळ्या-मोकळ्या दिसणाऱ्या आपल्या भरभक्कम घरात उभे राहून गवताचे नि गुराढोराचे आपले प्रचंड साम्राज्य केवळ नजरेतल्या आगीच्या जोरावर एकत्रित ठेवणाऱ्या जिम ब्यूटन या माझ्या काकाच्या नसांतून ते रक्त जसे खेळे, तसे ते मानवी देहात पुन्हा कधी खेळताना मी पाहीन की नाही, याची मला शंकाच आहे.

माझ्या काकाचे ते ओबडधोबड पण सामर्थ्यसंपन्न साम्राज्यही आता मरून गेले आहे आणि कसायाच्या दुकानातल्या लाकडी ठोकळ्यावरील गोमांसाचे व्हावेत तसे त्याचे चार तुकडे झाले आहेत. पण अजूनही रात्री मी बिछान्यावर अंग टाकले म्हणजे सोनेरी सूर्यप्रकाशात झळकणारे, सळसळणारे, हेलावणारे, झेपावणारे, माझ्या काकाचे ते पन्नास वर्षांपूर्वीचे कुरण माझ्या डोळ्यांपुढे मला

अगदी स्पष्ट दिसू लागते. नदीच्या काठाने दक्षिणोत्तर पसरलेले आणि एकशे वीस मैलांचा अफाट विस्तार असलेले ते प्रचंड कुरण इकडे काकाच्या घराच्या अगदी दाराला येऊन भिडले होते, तर पलीकडे मावळतीला ते थेट क्षितिजापर्यंत जाऊन पोहोचले होते. गुराढोरांनी चरत-चरत कितीही दूरवर जायचे म्हटले तरी ते कुरण त्यांना कधी अपुरे पडत नसे. मॅसॅच्युसेट्स आणि कॉनेक्टिकट या दोन्ही वसाहती एकत्र केल्या असल्या तरी त्याहीपेक्षा अधिक मोठा असा त्याचा विस्तार होता. आणि काकाची टेक्सासमधील ती प्रसिद्धी गुरे त्यावर चरू लागली म्हणजे मधूनमधून दालचिनीचे तपकिरी तुकडे उधळून द्यावेत, तशी ती क्षितिजरेखेवर दिसत. काकाचे नाव ही त्या काळीसुद्धा एक अद्‌भुत दंतकथा होऊन बसली होती. मांसाचे तुकडे हवाबंद पेट्यांतून भरून ठेवणाऱ्या प्रत्येक पॅकिंगहाउसमध्ये त्याचा शिक्का हा धुळाक्षरांइतकाच सर्वांच्या ओळखीचा होता आणि त्यांचा शब्द हाच कायदा होता. कारण तो शब्द कायद्याच्या पुस्तकातील वाक्यात जखडून मृत होऊन पडलेला नव्हता, तर घोड्यावरून दौड करीत रस्त्याने जाणाऱ्या कोणालाही सहज वाचता येईल अशा ठिकाणी सावरीच्या झाडावर जिवंत बोटांनी तो लिहून ठेवलेला होता!

काकाची ती झोपण्याची खोली मला अजून डोळ्यांसमोर दिसते. गलबतावर निजावयाच्या जागा असतात तशीच काकांनी आपली झोपण्याची व्यवस्था केली होती. लगतच्या भिंतीवर घोड्याचे केस वळून बनवलेला लगाम आणि दोर अडकवून ठेवलेले असत. आणि निजण्यासाठी काळविटांचे जे गडद तपकिरी रंगाचे कातडे खाली जमिनीवर अंथरलेले असे, त्याच्यासुद्धा कडेच्या अरुंद पट्ट्या चाबकाच्या वादीसाठी कापून काढलेल्या असत. काकाची ती बैठकीची खोलीही मला अगदी स्पष्ट दिसते. खोली कसली, मोठे थोरले दालनच होते ते! तेथे टेबल-खुर्च्या ठेवलेल्या नसत की जमिनीवर गालिचेही अंथरलेले नसत. उलट जिकडे बघावे तिकडे पिठाच्या पांढऱ्याशुभ्र पिशव्या आणि साखरेची व हिरव्या कॉफीची पोती यांच्या थप्प्याच्या थप्प्या पाइनच्या तुळयांनी बनवलेल्या वरच्या पटईपर्यंत अगदी ठेचून लागलेल्या असत. शिवाय तंबाखू,

सुकवलेली फळे आणि डबाबंद केलेले टोमॅटो यांनी भरलेली लाकडी खोकीही तेथे एकावर एक रचून ठेवलेली असत. आपल्या हाताखाली काम करणारे शंभर नोकर व येणारे-जाणारे अनेक लोक यांच्यासाठी ही सारी तरतूद काकाला करून ठेवावीच लागे. कारण काकाकडे पाहुण्यांची सारखी रीघ लागलेली असावयाची. कुरणाचा मालक असो की गुराखी घोडेस्वार असो, वसाहतीत येऊन स्थायिक झालेला कोणी ओळखीचा असो, की नव्या वसाहतीचा शोध काढणारा कोणी अनोळखी असो; मेक्सिकन असो, रेड इंडियन असो की कायदे धाब्यावर बसवणारा कोणी बंडखोर असो, काकांच्या पंक्तीचा लाभ सर्वांना सारख्याच अगत्याने व औदार्याने मिळत असे. त्यांच्या जेवणाच्या मेजाशी कुणालाही मज्जाव नव्हता.

पण माझ्या डोळ्यांसमोर उभा राहणारा सर्वांत अविस्मरणीय देखावा म्हणजे दरवर्षी वंसत ऋतूत केली जाणारी काकांच्या गुरांची मोजदाद. दूरवर पसरलेला गुरांचा तो प्रचंड कळप अजूनही मला चांगलाच आठवतो. एवढा अवाढव्य कळप या भागात पुन्हा कधी बघावयाला मिळेल की नाही, याची मला शंकाच आहे. सभोवती सर्वत्र धूळ उधळलेली असे. आणि डोळे ताणता येतील तेवढे ताणून जेवढ्या लांबपर्यंत नजर पोहोचेल तेथवर, नव्हे, त्याच्याही पलीकडे ते सारे विस्तीर्ण गवताळ मैदान अंगाला अंग घासून चालणाऱ्या गुरांच्या गर्दीने व्यापून गेलेले असे. भले थोरले बळकट बैल एकमेकांशी भांडत नि डरकाळ्या फोडीत दौडत. गाई नि वासरे हंबरत. त्या सर्वांची असंख्य शिंगे एकमेकांवर घासत नि आपटत. त्या साऱ्यांचा मिळून होणारा एक विचित्र आवाज अवकाशात भरून राही. अन् त्या घोळक्यात आम्ही साठ-सत्तर जण घोड्यावर स्वार होऊन मोठ्या आवेशाने दौडत असू. संबंध दिवसभर हा गोंधळ चाले. केवढे उत्तेजक अन् रोमांचकारक दृश्य असावयाचे ते!

त्या गवताळ प्रदेशात तसे स्वतंत्र आणि स्वच्छंद जीवन घालवताना मला अगदी स्वर्गसुखाचा अनुभव येई. आम्हाला त्या जीवनाविषयी जसे प्रेम वाटे तसे दुसऱ्या एखाद्या व्यक्तीला ते वाटू शकणार नाही. इतकेच नव्हे, तर मनातल्या मनात ती व्यक्ती त्या जीवनाचा अत्यंत तीव्रतेने तिटकारासुद्धा करील अन् तरीदेखील त्या प्रक्षोभक

प्रदेशातल्या तिच्या नाजूक अस्तित्वाची स्मृती आज पन्नास वर्षांनंतरही माझे हृदय भावनेने हेलावून टाकील- यातले काहीही तेव्हा कधी क्षणभरदेखील माझ्या मनात आले नाही.

पण यावे कसे? तेव्हा मी केवळ एक लहान मुलगा होतो. इतका लहान की तोवर मला मिसरूडही फुटले नव्हते. सरत्या हिवाळ्यातील तो एक दिवस होता. त्या दिवशी घोड्यावर स्वार होऊन मी सॉल्ट फोर्क गावाकडे निघालो होतो. 'कॅलिफोर्निया' पद्धतीची आखूड, घट्ट विजार मी पेहेनली होती व रिकिबीत पाय नीट अडकविता यावेत म्हणून विजारीचे काठ पोटऱ्यांवर दुमडून घेतले होते. मी खूप चिडलो होतो. त्यामुळे घोड्यावरची माझी मांड घट्ट बसली होती. माझी पाठही मी बंडखोरपणे अगदी ताठ ठेवली होती. मी रागावलो होतो, त्याला तसेच कारणही होते. सॉल्ट फोर्कहून माझी मिसुरी परगण्यात रवानगी होणार होती व तेथे मला शाळेत डांबून टाकले जाणार होते. माझा काका आता लग्न करणार होता. आमच्या भागात मिळण्यास अत्यंत दुर्मिळ अशी चीज-स्त्री- तो आमच्या कुरणावर आणणार होता. काकाशी लग्न करण्यासाठी ही स्त्री सेन्ट लुईहून येणार होती. आम्ही कोणीही अद्याप तिला पाहिलेले नव्हते, व ती येण्यापूर्वी माझी ब्याद घालवून द्यावी म्हणून काका मला मिसुरीला धाडीत होता. मग मला राग का येऊ नये बरे?

सॉल्ट फोर्क गावाजवळ मी येऊन पोहोचलो. गावाबाहेर वसाहतवाल्या लोकांच्या पांढऱ्या तंबूचा नि त्यांच्या गाड्यांचा भला मोठा तळ पडला होता. एवढा मोठा तळ माझ्या आयुष्यात मी आज प्रथमच बघत होतो. त्या तळाकडे मी काहीशी नाखुशीनेच नजर टाकली. ती सर्व मंडळी कसली तरी वाट बघत असावीत असे दिसले. तेथे अधिक वेळ न घालवता मी हॉटेलच्या दिशेने दौड सुरू केली. या हॉटेलातच तूर्त मी मुक्काम ठोकणार होतो. हॉटेलजवळ मी येऊन पोहोचलो तेवढ्यात कोणीतरी मला सांगितले की, रॅटनमधील रेड इंडियनांनी टेलिग्राफच्या तारा तोडून टाकल्यामुळे मध्यंतरी बंद पडलेले तार ऑफिस आता पुन्हा पूर्ववत सुरू झाले होते. थोड्याच वेळाने तांबडसर चेहऱ्याचा स्टेशन एजंट मजजवळ आला व

खासगी स्वरात मला म्हणाला, "हॉल, तुझ्या काकाकडे- कर्नलकडे- ही तार पोहोचवण्याचं काम मी तुझ्यावर सोपवतो."

त्याने माझ्या हाती करड्या रंगाचा एक कागद दिला. त्यावर पेन्सिलीने काही मजकूर लिहिलेला होता. तो कागद सेन्ट लुईहून धाडलेला असून त्यावर एक आठवड्यापूर्वीची तारीख होती. मला वाटते, तार अशी ती माझ्या आयुष्यात मी प्रथमच बघत होतो. त्यामुळे त्या कागदाचे मला मोठे नवल वाटले आणि क्षणभर तर माझ्या असेही मनात आले की, काही अत्याधुनिक यांत्रिक सोयीमुळे खुद्द तो कागदच सेन्ट लुईहून इथे पाठवला गेला असावा अन् त्यावरचे ते हस्ताक्षरदेखील स्वतः ल्यूटीचेच असावे. होय, ती ल्यूटीची- माझ्या काकाच्या भावी वधूची- तार होती. आणि पूर्वी ठरल्याप्रमाणे वाटेत कोठे थांबण्याऐवजी आपण थेट सॉल्ट फोर्क गावीच सरळ निघून येत आहोत असे तारेत तिने लिहिले होते. आपल्या आगमनाची निश्चित वेळही कळवली होती. उद्या सकाळी ती येथे येणार होती.

गेल्या दोन आठवड्यांत काकाची व माझी गाठ पडली नव्हती. मी ती तार खिशात घातली आणि घोड्यावर बसून तडक कोंडवाड्याकडे निघालो. बोटींतून धाडावयाची गुरे सर्व बाजूंनी कुंपण घालून येथे कोंडून ठेवलेली असत.

रिओ ग्रॅण्ड नदीला पूर आल्यावर ती जशी आपल्या दोन्ही काठांची मर्यादा ओलांडीत, तीरांवरच्या साऱ्या खाणाखुणा पुशीत, गुरांचे गोठे तुडुंब भरून टाकीत बेफामपणे दौडत जाते, त्याप्रमाणे काकाच्या कळपातली ती उंच, धिप्पाड, बळकट गुरे वाळूच्या टेकड्यांवरून वेगाने उधळत खाली येत आहेत नि त्यांच्या हंबरण्याने सारे शहर रात्रंदिवस भरून जात आहे असे काहीसे दृश्य कोंडवाड्याजवळ जाताच आपणास दिसेल, ही माझी अपेक्षा होती.

पण मी गेलो तो तेथे मला काकाचे बैलही दिसले नाहीत की स्वतः काकाही माझ्या नजरेस पडले नाही. मग कच्च्या विटांचे बांधलेले नि आतून उदासवाण्या अंधाराने भरलेले कोर्ट होते तिकडे माझी पावले वळविली. आमच्या कुरणावर येऊन काम करणाऱ्या

दोन माणसांवर तेथे खटला चालला होता. कुरणावर येऊन राहिलेल्या एका माणसावर गोळीबार केल्याचा व त्याला तेथून हुसकावून लावल्याचा आरोप या माणसावर ठेवण्यात आला होता. कोर्टात इतकी गर्दी होती की, मला जेमतेम दरवाजाजवळच उभे राहावयास मिळाले. पण सरकारी वकिलाचे वक्तृत्वपूर्ण आणि अभिनिवेशाने भरलेले भाषण मला तेथेदेखील अगदी खणखणीतपणे ऐकावयास येत होते. हा वकील अतिशय तरुण, केवळ पोरसवदा होता. पूर्वेकडून तो नुकताच इकडे आला होता. माझ्या काकासंबंधी तो विलक्षण कडवटपणे बोलत होता. काका आपल्या कुरणावर ज्या उद्दामपणे वागत होता, अप्रतिहतपणे जी सत्ता गाजवीत होता त्यावर त्या वकिलाचा सारा रोख होता आणि रिओ ग्रॅण्ड नदीपासून ते ऑरिझोना नदीपर्यंतच्या प्रदेशात परेदशातून येऊन स्थायिक झालेल्या सर्व लोकांना आपण योग्य न्याय मिळवून देऊ, असे तो अभिवचन देत होता.

खटल्याचे काम जेव्हा दुसऱ्या दिवसापर्यंत तहकूब झाले तेव्हा लोक गंभीरपणे आपापसात कुजबुजू लागले. त्या गर्दीतून वाट काढीत मी हेन्री मॅक्कर्टिनकडे गेलो. मॅक्कर्टिन हा माझ्या काकाचा वकील. ओठ झाकून टाकणाऱ्या तपकिरी-करड्या रंगाच्या मिशा आणि बोलण्याची जड व कंटाळवाणी पद्धत यामुळे ही स्वारी मोठी मजेशीर दिसे.

मी खिशातली तार काढून मॅक्कर्टिनच्या हाती दिली तेव्हा आपल्या मिशांवरून तिच्यावर नजर फिरवीत तो मला म्हणाला, "हॉल, हा खटला सुरू झाल्यापासून कर्नलची अन् माझी मुळी गाठच पडलेली नाही. तेव्हा मला वाटतं, या बाईंना उतरवून घेण्यासाठी उद्या सकाळी तू स्वतःच स्टेशनवर जावंस, हे बरं!"

त्या रात्री एक्स्चेंज हाउसच्या त्या भल्याथोरल्या शय्यागृहात कितीतरी वेळ मी अंथरुणावर झोपेशिवाय तगमगत पडलो होतो. माझा काका ज्या ज्या वेळी शहरात येई त्या त्या वेळी कोपऱ्यातली ही मोठी खोली खास त्याच्यासाठी म्हणून नेहमी राखून ठेवलेली असे. मी काकाच्या भावी पत्नीचा विचार करीत होतो. तिच्यामुळे माझी मिसुरीला उचलबांगडी होत होती, आणि तिची माझी जरी

अद्याप दृष्टभेटही झालेली नव्हती तरी तिच्याविषयी आतापासूनच मला तिटकारा वाटू लागला होता.

हे शहर माणसांनी इतके गजबजलेले यापूर्वी मी कधीही पाहिले नव्हते. गावातले तबेले आणि गाडीतळ घोड्यांनी भरून गेले होते. नृत्यगृहाच्या उघड्या खिडक्यांतून पियोनोचे व फिडलचे सूर कानांवर पडत होते. मद्यपानगृहांत काचपात्रे किणकिणत होती आणि स्त्री-पुरुषांच्या हसण्या-बोलण्याचा नि त्यांनी उच्च स्वरात गायलेल्या गाण्यांचा संमिश्र आवाज अखंडपणे अवकाशात भरून राहिला होता. त्यातच मधूनमधून सहाबारी पिस्तुलांचे आवाज उठत होते.

पण या साऱ्या कल्लोळातूनही, सीमेवरील या गावाच्या हृदयाची जणू धडधडच असा रस्त्याच्या कडेच्या लाकडी पदपथावरून चालणाऱ्या नि निरनिराळ्या मद्यपानगृहांना भेटी देणाऱ्या माणसांच्या बुटांचा आवाज माझ्या कानी पडत होता. भोवतालच्या शंभर-दोनशे मैलांच्या परिसरातून येथे गोळा झालेली ही सर्व माणसे केवळ बोटीवर गोमांस चढविण्यासाठीच काही येथे आली नव्हती. कोर्टात चाललेला खटला ऐकण्यासाठी, पूर्वेकडून आलेल्या त्या तरुण सरकारी वकिलाने माझ्या काकाला व त्याच्यासारख्याच विपुल प्रमाणात गुरे बाळगणाऱ्या इतरांना दिलेले आव्हान बघण्यासाठी ती तेथे गोळा झाली होती. माझ्या खोलीतल्या त्या भल्याथोरल्या बिछान्यावर बसल्या बसल्या खिडकीतून मी बाहेर पाहिले म्हणजे बाहेरगावाहून येथे आलेल्या लोकांचे पांढरे तंबू व त्यांच्या गाड्या मला काळोखातून देखील दूर अंतरावर अंधूकपणे दिसत. विस्तीर्ण वाळवंटात माणसे गिळून टाकणारे फसवे भोवरे असावेत तसे काळोखातून चमकणारे ते अंधूक पांढरे ठिपके मला भासले.

दुसऱ्या दिवशी सकाळी मी उठलो तो उशिराच. त्यामुळे गोळीबार बघण्याची एक चांगली संधी मी गमावली. मी डेपोकडे जावयास निघालो त्या वेळी गोळीला बळी पडलेल्या त्या दुर्दैवी गाडीवानाचे बैल अजूनही त्याच्या गाडीला बांधलेले मला दिसले. ते दहा की बारा बैल गाडीला जुंपलेले आहेत, अशा अवस्थेत मुकाट्याने रवंथ करीत उभे होते आणि हे कृत्य ज्याने केले होते तो

रेल्वे लाइनच्या कडेला असलेल्या पाणी साठवण्याच्या लाकडी टाकीच्या गोलाकार मनोऱ्यावर घड्याळाच्या लंबकासारखा हेलकावत होता. त्याच्या पायातले बूट कोणीतरी ओढून काढले होते. टाकीतले पाणी त्याच्या अंगावर सारखे ठिबकत होते. त्याचे मस्तक एका बाजूला झुकले होते आणि त्याचा एक पाय दुसऱ्यापेक्षा अधिक खाली लोंबत होता. जणू काही ते प्रेत जमिनीवर पाय टेकवण्याचा प्रयत्न करीत होते!

नव्या सरकारी वकिलाने रागारागाने हुकूम दिल्यामुळे गावच्या शेरिफाने दोरी तोडून ते प्रेत मनोऱ्यावरून खाली उतरवले आणि जवळच्या वखारीत एका मोठ्या पांढऱ्या चादरीखाली तात्पुरते झाकून ठेवले. पण हे काम आटोपून ते लोक कोर्टाकडे परत वळतात न वळतात तोच मेलेल्या गाडीवानाच्या काही मित्रांनी ते प्रेत पुन्हा बाहेर काढले. त्याच वेळी गाडीच्या घंटेचा आणि उघड्या प्लॅटफॉर्मवर कर्ऽऽ कर्र करीत गाडीला लागलेल्या ब्रेकांचा आवाज दुरून अस्पष्टपणे माझ्या कानावर आला. तरी मी थोडा वेळ तेथेच थबकलो. एका माणसाने दुसऱ्याच्या खोगिरातून एक दोरी ओढून काढली अन् तिच्या साह्याने ते प्रेत त्याने पुन्हा पहिल्या जागी लटकावून दिले. ते मी पाहिले. त्यानंतर मी स्टेशनकडे वळलो.

सेन्ट लुईहून आलेली गाडी केव्हाच फलाटाला लागली होती. गाडीचे छोटे-छोटे डबे वाटेतल्या मैदानातील धुळीने पार माखून गेले होते.

आतापर्यंत मला आशा वाटत होती की, निदान शेवटच्या क्षणी तरी काका खचित स्टेशनवर येईल; पण तो आलाच नाही. आता गाडीतून येणाऱ्या या स्त्रीला मी ओळखावे कसे अन् तिच्याशी मी बोलावे काय, हा मोठा प्रश्नच पडला. कुरणावर असताना माझा काका केवळ कामाकडेच लक्ष देत असे आणि हाताखालच्या कोणाही माणसाइतकाच तो स्वतःही वेगाने घोड्यावरून दौडत असे. पण आपली गुरे विकण्यासाठी कॅन्सास शहरी तो जेव्हा जाई तेव्हा तेथे मात्र ते बऱ्याच स्वैरपणे वागे, असे लोक म्हणत. काका एकदा कॅन्सासला गेला असता त्याला अजिबात न आवडणाऱ्या एका प्रमुख दलालाने जेव्हा काकाशी

सौदा करताना त्याच्याशी फारच लघळपणा केला होता. इतकेच नव्हे, तर एका फार मोठ्या भोजन समारंभालाही त्याला बोलवले होते, तेव्हा काकाने भडक कपडे घातलेल्या व संशयास्पद चालीरीतीच्या अशा एका बाईला मोठ्या थाटाने आपल्याबरोबर त्या समारंभाला आणून त्या दलालाचे तोंड कायमचे बंद केले होते. आता गाडीमधून अशीच एखादी भडक कपडे घातलेली नि तोंडाला रंग फासलेली बाई उतरणार या अपेक्षेने मी आजूबाजूला पाहू लागलो. सेन्ट लुईहून केट नावाची एक स्त्री कधीकधी सॉल्ट फोर्क गावी येई. अंगावर भडक रेशमी कपडे चढवून, पायात लाल-पांढरे चट्टेरीपट्टेरी पायमोजे घालून आणि हातात झोकदार छत्री घेऊन सॉल्ट फोर्कच्या रस्त्यांतून मोठ्या नखऱ्याने हिंडताना मी तिला अनेकदा पाहिले होते. आता गाडीतून उतरणारी स्त्री अशाच प्रकारची असणार असा माझा अंदाज होता.

पण माझा तो अंदाज साफ चुकला. एक अतिशय सभ्य व घरंदाज स्त्री फ्लॅटफॉर्मवर उभी असलेली मला दिसली. तिच्या किंचित मागे एक दाढीवाला पोर्टर हातांत दोन प्रवासी बॅगा घेऊन अदबीने उभा होता. तपकिरी रंगाच्या जाड बुरख्याने त्या स्त्रीने आपले मुख झाकून घेतले होते. पण चेहरा दिसला नाही तरी तिची ती सडपातळ नाजूक काया व उभे राहण्याची मोहक ऐट पाहणाऱ्याच्या मनात अगदी अविस्मरणीय रीतीने ठसत होती. त्या स्त्रीच्या अंगावरचा सूट उंची कापडाचा असून त्याची शिलाई आधुनिक होती. तिने आपल्या हातात हातमोजे चढविले होते आणि तिच्या मस्तकावरील टोपीला बसवलेले पीस मोठे खुलून दिसत होते. स्टेशनावरील फ्लॅटफॉर्मवर एकीकडे एकट्याच उभ्या राहिलेल्या त्या कोवळ्या आकृतीतून स्त्रीत्वाचा एवढा मधुर आविष्कार होत होता की, स्टेशनावरील प्रत्येकाची नजर तिच्यावर खिळून राहिली होती. अंगावर ब्लॅंकेट घेतलेले रेड इंडियन, मंगोलियन घाटाचे चेहरे असलेले मेक्सिकन आणि कमरेला काडतुसाचे पट्टे बांधलेले ओबडधोबड गोरे लोक सारे तिच्याकडे अगदी टवकारून बघत होते. अन् त्या सर्वांच्या डोक्यावर अधांतरी पाण्याच्या टाकीवर ते प्रेत अजूनही लोंबकळत होते.

अंगावर काळविटाच्या कातड्याचा शर्ट घातलेल्या एका माणसाने तिच्या जवळ जाऊन तिला हलकेच काही तरी म्हटले. त्याबरोबर ती मजकडे वळली. माझ्या जवळ येईपर्यंत ती काहीच बोलली नाही. पण ती जेव्हा माझ्या अगदी सन्निध येऊन उभी राहिली तेव्हा तिच्याभोवती नेहमी दरवळत असलेला व्हायोलेट फुलांचा सुगंध मला जाणवला आणि तिच्या तोंडावरच्या बुरख्यातून तिच्या पाणीदार डोळ्यांचे ओझरते दर्शनही मला झाले. मग तिने बुरखा तोंडावरून बाजूला सारला. मी त्या वेळी लहान मुलगाच होतो. पण तिच्या निकटतेमुळे व तिच्या मुखाच्या दर्शनामुळे त्या वेळीदेखील माझ्या साऱ्या चितवृत्ती कशा उत्तेजित झाल्या ते आजही मला चांगले आठवते. त्यानंतर तिच्या सान्निध्यात चित्तवृत्तींची तीच उत्कटता मला पुढे देखील सतत जाणवत असे.

"तर मग तू हॉल का?" ती हलकेच मला म्हणाली आणि पुढे झुकून चट्कन तिने माझ्या गालावर आपले ओठ ठेवले. माझ्या वयाच्या कोवळेपणामुळे आणि आसपासचे अनेक लोक उभे राहून हा देखावा बघत असल्यामुळे शरमेने माझे गाल व कानशिले अगदी लाल-लाल होऊन गेली. पण माझा संकोच तिला समजला असला तरी बाह्यतः तिने तसे काही दाखवले नाही. त्याचप्रमाणे बाजूला पाण्याच्या टाकीवर ते प्रेत अजूनही लोंबकळत होते, त्याचीही तिने दखल घेतली नाही. ती माझ्याशी अगदी मोकळेपणाने गप्पा मारू लागली. तिची बोलण्याची पद्धत काहीशी असंबद्ध पण अत्यंत आकर्षक होती. ती जेवढ्या मोकळेपणाने माझ्याशी बोलत होती तो मोकळेपणा माझ्या बोलण्यात मला काहीकेल्या आणता येईना. आमच्या आजूबाजूला माणसे उभी होती. पलीकडे टाकीवर ते प्रेत लोंबकळत होते. पण तिने त्या सर्वांकडे पाठ फिरवली होती आणि आम्ही दोघेच तेथे आहोत अशा थाटात तिचे बोलणे चालले होते. खरोखर, अशी विलक्षण स्त्री यापूर्वी कधीच माझ्या पाहण्यात आली नव्हती.

तिची तार आपल्याला काल संध्याकाळी मिळाली व ती आपणाला अद्यापही काकाला देता आली नाही हे तिला सांगताना मी काहीसा अडखडलो; पण तिला मात्र त्यांचे विशेष काहीच वाटलेले दिसत

नाही. अगदी जवळिकीच्या भावनेने माझा दंड पकडीत ती चट्कन म्हणाली, ''काही हरकत नाही. आता आपण दोघे मिळूनच तुझ्या काकाला शोधून काढू या हॉल!''

''तुम्ही हॉटेलवर थांबा. काका तिथे येईल,'' मी म्हणालो.

''या माझ्या प्रवासी बॅगा हॉटेलमध्ये जाऊ देत, पण मी नाही बाबा तिथे इतक्यात जाणार!'' ती म्हणाली, ''किनई हॉल, दिवसन् दिवस रेल्वेच्या डब्यात बसून प्रवास केल्यामुळे मला कसं कोंडल्यासारखं झालं आहे. मला आता उघड्या मैदानातून चालावंसं वाटतं. चल, आपण जाऊ या इथून. तुझ्या काकाला शोधण्यासाठी मैलच्या मैल चालावं लागलं तरी चालायला दमायची नाही मी.''

सेन्ट लुई गावच्या स्त्रिया काहीशा वेड्याच असल्या पाहिजेत असे स्वतःशी म्हणत नाखुशीनेच मी तिच्याबरोबर निघालो. रस्त्यात खूप धूळ होती व त्या धुळीत शिंगे, हाडे आणि मेंढ्यांच्या पायांचे तुकडे इतस्ततः विखुरले होते. त्यातून वाट काढत-काढत आम्ही गावातल्या लाकडी पदपथावर येऊन पोहोचलो. गावात आल्यावर ल्यूटीला कोर्टाजवळून न नेण्याची खबरदारी मी घेतली. पण त्या मेलेल्या गाडीवानाचे दृश्य मात्र मी तिच्या नजरेआड ठेवू शकलो नाही. तो अजूनही तेथेच आपल्या गाडीत आडवा पडला होता. त्याच्या तोंडावरून एक निळ्या रंगाचे कापड आच्छादनासाठी घातले होते. पण त्याच्या आडूनही त्याची लालसर रंगाची कोचदार आखूड दाढी आव्हानात्मक रीतीने बाहेर डोकावत होती आणि गाडीच्या चाकावर चढून एक चौकस पोरगा त्या लांबलचक आडव्या आकृतीकडे कुतूहलाने बघत होता. ल्यूटी कॅमेरॉनने तो मृत माणूस पाहिला. त्याबरोबर माझ्या हातावरची तिच्या बोटांची पकड एकदम घट्ट झाली. तिची बडबड मात्र पूर्वीसारखीच अव्याहतपणे चालू होती.

आमच्या प्रांतात सर्वसामान्यपणे पायी चालणे हे अगदी खालच्या प्रतीच्या कामगाराचे लक्षण होते आणि म्हणून मला ती गोष्ट मोठी अपमानास्पद वाटत होती. अर्थात् गावातला रस्ता जेव्हा संपला तेव्हा साहजिकच मला आनंद झाला. पण आपण पायी चालण्यात आपल्या इभ्रतीला काही कमीपणा येत आहे हे ल्यूटी कॅमेरॉनच्या

मात्र गावीही नव्हते. तिने आपल्या तोंडावरचा बुरखा आता पार मागे सारून दिला होता आणि मस्तक मागे झुकवून, चेहरा ऐटीने वर करून ती मोठ्या उत्साहाने भरभर पावले टाकीत चालली होती. जाताजाता रस्त्याच्या दोन्ही बाजूंना इतस्ततः पसरलेली मेक्सिकन पद्धतीची काही घरे आम्हाला वाटेत लागली आणि नंतर वाळूच्या टेकड्यांची चढण चढावयास आम्ही प्रारंभ केला. वाळूत सर्वत्र उगवलेली पिवळ्या रंगाची फुले ल्यूटीने जेव्हा पाहिली तेव्हा चकित होऊन हर्षाने ती चीत्कारली आणि एक पिवळाजर्द तुरा खुडून तिने मोठ्या ऐटीने तो आपल्या वक्षभागावर खोवून दिला.

पण थोड्याच वेळाने आम्ही त्या चढाच्या अगदी माथ्यावर जेव्हा येऊन पोहोचलो आणि एखाद्या विस्तीर्ण पण कोरड्या सागराप्रमाणे दिसणारे ते प्रचंड, तपकिरी, निर्मनुष्य मैदान ठिकठिकाणी उंचसखल होत दूर क्षितिजापर्यंत अफाटपणे पसरलेले जेव्हा अचानक नजरेसमोर आले तेव्हा कुंपणाने वेढलेल्या एखाद्या बंदिस्त जागेत पाऊल पडावे तशी ल्यूटी एकदम स्तब्ध झाली. दूर क्षितिजाजवळ एखाद्या ढगाची सावळी छाया दिसावी तसे कुरणावरचे आमचे घर अंधूकपणे आपल्या अस्तित्वाची खूण पटवीत होते. तिकडे बोट दाखवून ल्यूटीचे लक्ष वेधण्याचा मी प्रयत्न केला. पण तिने माझ्या बोलण्याकडे सर्वस्वी दुर्लक्ष केले आणि गाडीत आपणाला भेटलेल्या एका बाईविषयीच ती बडबडत राहिली. बोलता बोलता निर्वासित लोकांचे तंबू नि पांढऱ्या कापडाने आच्छादलेल्या गाड्या यांचा तळ जेथे गजबजून गेला होता तिकडे तिने आपली पावले अचानक वळविली.

त्या तळाजवळ तेरा-चौदा पोरे खेळत, हुंदडत आणि आरोळ्या ठोकीत किंचाळत होती. ल्यूटीने त्यांच्याकडे बघून हसत हसत खेळकरपणे हात हलवले. जवळच पलीकडे डोक्याला कापडी टोप्या घातलेल्या नि चेहऱ्यावर थकवा दिसत असलेल्या काही संसारी स्त्रिया गवतावर घोळका करून बसल्या होत्या. शिवण नि विणकाम करण्यात त्या गढून गेल्या होत्या. ल्यूटीला बघताच त्या लगबगीने उठून उभ्या राहिल्या. गरिबांच्या वसतीला भेट द्यायला आलेल्या एखाद्या राणीचे स्वागत करताना त्या गरिबांचा जसा गोंधळ उडतो तसाच भाव त्यांच्या मुद्रेवर प्रकट झाला होता. पण

ल्यूटीने त्यांच्याकडे बघून मोठे आकर्षक स्मित केले व स्वतःच त्यांच्यापुढे आदराने मान वाकवली.

मात्र, आपण मिसुरी परगण्यातूनच लांबून येथे आलो आहोत आणि येथील मैदानावरच स्थायिक होण्याचा आपला विचार आहे, असे जेव्हा त्या स्त्रियांनी ल्यूटीला सांगितले तेव्हा पूर्वी कधी न दिसलेला असा एक विलक्षण भाव तिच्या नजरेत तरळलेला मला स्पष्ट दिसला. पण ती काही बोलली नाही. विणकाम करीत बसलेल्या म्हाताऱ्या बायकांच्या सुरकुतलेल्या चेहऱ्यांकडे बघून ओळखीचे स्मित करावे, कुठे एखादे गुटगुटीत बालक उचलून हवेत झोकून त्याला पुन्हा हातात झेलून घ्यावे, तर कधी आपल्याभोवती गोळा झालेल्या लहान मुलांबरोबर हास्यविनोद करावा, असे तिचे सारखे चालले होते. एकदा तर एका गाडीत थाटलेला संसारदेखील ती आत जाऊन पाहून आली. हे सर्व चालले असताना ती तेथील लोकांशी सारख्या गप्पा मारीत होती नि त्यांच्या नीटनेटक्या घरांबद्दल त्यांना शाबासकीही देत होती. मी बाजूला उभा राहून नाराजीने हा प्रकार बघत होतो, पण तिकडे तिने लक्षच दिले नाही.

थोड्या वेळाने त्या सर्व मंडळींचा निरोप घेताना ल्यूटी सहज त्यांना म्हणाली, "कर्नल ब्रूटन तुम्हाला दिसले तर आम्ही सगळीकडे त्यांना शोधत होतो एवढा आमचा निरोप कळवा त्यांना!"

ल्यूटीने माझ्या काकाचे नाव उच्चारले, मात्र त्या साऱ्या तळावर एकदम काळोख पसरल्याचा भास झाला. माणसांचे चेहरे अगदी काळवंडून गेले. लहान-लहान पोरेबाळेसुद्धा जागच्या जागी थिजल्यासारखी झाली. काही वेळ तेथे एक चमत्कारिक स्तब्धता पसरली आणि मग क्षणभराने एकाने आम्हाला म्हटले, "ते बहुधा या वेळी कोर्टात असतील. तिथे भेटतील ते तुम्हाला."

निर्वासितांचा तळ सोडून आम्ही अर्धा-पाऊण मैल पुढे जाईपर्यंत ल्यूटी आपल्याच विचारांत गुरफटून गेली होती. पण मग एकदम माझ्याकडे वळून तिने मला प्रश्न केला, "हॉल, तुझ्या काकाचा मी उल्लेख केला त्या वेळी त्या लोकांनी आपल्याकडे अशा विचित्र नजरेने का पाहिलं बरं? आणि ते या वेळी कोर्टात आहेत हे तू मला आधी का बोलला नाहीस?

"बोलून उपयोग काय?" मी किंचित रुष्ट स्वरात म्हटले, "आम्हाला कोर्टात कोण सोडणार आहे?"

बोलता बोलता आम्ही गावाच्या चौकात येऊन पोहोचलो. पलीकडे काही अंतरावर कोर्टाची इमारत व तिच्याभोवती गोळा झालेल्या माणसांचा घोळका दिसत होता. मला तिकडे जाण्याची मुळीच इच्छा नव्हती. इथून सरळ एक्स्चेंज हाउसमध्येच जावे असा माझा बेत होता. पण ल्यूटीच्या निग्रही स्वभावाची एव्हाना मला चांगलीच ओळख पटली होती. जेव्हा तिने कार्टाच्या इमारतीकडे आपली पावले वळवली तेव्हा मीही मुकाट्याने तिच्या मागोमाग चालू लागलो.

कोर्टाच्या इमारतीजवळ आम्ही येऊन पाहोचलो तेव्हा दाराशी जमलेल्या घोळक्यावरून नजर फिरवीत ल्यूटीने आपल्या सुरेल पण स्पष्ट आवाजात त्यांना म्हटले, "आम्हाला जरा वाट द्याल का?" आणि आश्चर्याची गोष्ट ही की, तिच्या त्या साध्या, मृदू स्वरात उच्चारलेल्या शब्दांचा त्या गर्दीवर एवढा परिणाम झाला की, बंदुकीचा स्फोट व्हावा तशी ती उग्र, दांडगी माणसे भराभर बाजूला सरकली आणि त्यांनी आम्हाला वाट करून दिली. आम्ही दोघे आत शिरलो. तेव्हा ब्लॅकजॅक कर्न्स' या नावाने ओळखला जाणारा एक बंडखोर जादूची कांडी फिरवल्यासारखा तट्कन आपल्या जागेवरून उठला व त्याने ल्यूटीला तेथे बसावयाची विनंती केली. त्याच बाकावरची इतर माणसे भराभर पलीकडे सरकली व त्यांनी मलाही तिच्या शेजारी बसावयाला थोडीशी जागा मोकळी करून दिली.

●

२

सॉल्ट फोर्क परगण्याचे कोर्ट म्हणजे कच्च्या विटांनी बांधलेली एक लहानशी, कोंदट, काळोखी खोली होती आणि या वेळी माणसांनी ती गच्च भरलेली असल्यामुळे गुरांच्या तबेल्यात येतो तसा चमत्कारिक वास येथे मारत होता. त्या खोलीतली जमीन मातीने सारवलेली होती आणि तिच्या मेक्सिकन पद्धतीच्या

खिडक्यांमधून देखील माणसे या वेळी दाटीवाटीने बसलेली असल्यामुळे खोलीत पाऊल टाकताच दिवस मावळून काळोख पडला आहे की काय, असा विचित्र भास होत होता.

"तुझा काका इथे आहे हॉल?" ल्यूटी कॅमेरॉनने आपला बुरखा किंचित बाजूला सारून हळूच मला विचारले.

खोलीतल्या काळोखामुळे मला नीटसे दिसत नव्हते. पण त्या काळोखाचा माझ्या डोळ्यांना सराव होण्यापूर्वीच केवळ तेथील वातावरणावरून देखील काका तेथे नव्हता हे माझ्या ध्यानी आल्याविना राहिले नाही.

"ज्यूरी येण्याची वेळ झाली." माझ्या पाठीमागे बसलेला एक माणूस कुजबुजला.

मग माझ्या लक्षात आले की, "पाइन'च्या लाकडांचे जुने व झिजलेले बाक एकत्र ठेवून बनवलेली ज्यूरीची बसण्याची जागा रिकामीच होती. त्याच क्षणी माझ्या पाठीमागच्या बाजूला दाराजवळ उभ्या असलेल्या लोकांत एकदम गडबड उडाल्यासारखे मला वाटले. इतकेच नव्हे तर खोलीच्या मागच्या बाजूला एक तऱ्हेच्या गडबडीची लाटच उसळली, असाही मला भास झाला. ती लाट बाकांवरून पसरत पसरत अगदी समोर जज्ज बसण्याच्या जागेपर्यंत जाऊन पोहोचली आणि आरोपीच्या जागी उभ्या असलेल्या आमच्या दोन नोकरांनी जागच्या जागी चाळवाचाळव केली. इतकेच नव्हे, तर आतापर्यंत एखाद्या प्रचंड पर्वताप्रमाणे स्तब्ध बसून राहिलेल्या हेन्री मॅक्‌कर्टिनमध्ये सुद्धा एकदम चैतन्य निर्माण झाल्यासारखे दिसले.

हातमोजा चढवलेल्या आपल्या हाताने मला डिवचून ल्यूटी कॅमेरॉनने मला हळूच विचारले, "काय झालं हॉल? कसली गडबड आहे ही?"

पण त्याच क्षणी तिने आपल्या पापण्या एकदम खाली वळविल्या आणि त्यावरून तिने कुणाला तरी पाहिले असावे हे माझ्या लक्षात आले. मी त्या अनुरोधाने माझे तोंड वळविले तेव्हा ल्यूटीने जे काही पाहिले होते ते मलाही दिसले. एक ताठ, उंच, धिप्पाड आणि उद्दाम अशी परिचित आकृती माणसांच्या त्या गर्दीतून वाट काढत पुढे सरकत होती. तिच्या अंगावरच्या करड्या रंगाच्या कोटाचा

आमच्या बाजूचा फुगा फुगलेला मला दिसत होता व त्या खिशात पिस्तूल ठेवण्याची कातडी पिशवी असल्यामुळे तो तसा फुगीर दिसत आहे हे मला पूर्वानुभवावरून माहीत होते. त्या व्यक्तीच्या काळ्याभोर दाट भुवया व भरघोस मिशा धुळीने माखल्यामुळे भुरकट दिसत होत्या आणि तिच्या आगमनाबरोबर कोर्टात जी विलक्षण स्तब्धता पसरली होती तीमध्ये तिच्या पायांतल्या बुटांचा आवाज पिस्तुलाच्या बारासारखा स्फोटक अन् भीतिदायक वाटत होता.

त्यानंतर आतापर्यंत मी किती तरी कोर्टात वेळोवेळी गेलो आहे; पण एकाच माणसाच्या शक्तीने आणि चैतन्याने एक अंधारी कोंदट खोली एका क्षणात जणू विजेच्या झळाळीने उजळून जावी त तिचे स्वरूपच पार पालटावे हा अनुभव त्या दिवशी मला जसा आला तसा तो त्यानंतर अन्यत्र कुठेही व कधीही आल्याचे मला आठवत नाही. म्हणूनच ते सर्व दृश्य आजही माझ्या मनःपटलावर अगदी स्पष्ट उमटून राहिले आहे.

जज्जांच्या बैठकीच्या लाकडी बाकामागे असलेल्या व चुन्याची सफेदी दिलेल्या भिंतीवरील अमेरिकन निशाणाचे ते विटलेले रंग, त्यांच्या अंगावरच्या काळ्या झग्यामधून डोकावणारी त्यांच्या घड्याळाची ती जाडजूड चकचकीत सोनेरी साखळी, जज्जांची जागा व प्रेक्षकांची जागा यांना विभागणाऱ्या लाकडी कठड्यावर लोंबणारे व घोड्यांना टाच मारण्यासाठी टोकांना टोचण्या बसवलेले ते कातडी पट्टे, आणि एखाद्या उन्मत्त सम्राटाप्रमाणे निर्भयपणे पुढे पुढे सरकणारी माझ्या काकाची ती मूर्ती- झळझळत्या उन्हात दिसावे तसे ते सारे दृश्य आजही माझ्या डोळ्यांपुढे मला अगदी स्वच्छ दिसते!

आणि मग माझ्या असे लक्षात येते की काकाच्या त्या काळ्याभोर, भेदक अन् तीक्ष्ण डोळ्यांनी आम्हाला केव्हाच हेरले होते. आम्हाला पाहताच काका आमच्या दिशेने येऊ लागला. तो जसजसा पुढे पाऊल टाकी, तसतसे त्याच्या समोरचे लोक मेंढरांच्या कळपाप्रमाणे दुंभगून त्याला वाट करून देत. थोड्याच वेळाने तो आमच्या जवळ येऊन उभा राहिला. जवळ येताच आपल्या मस्तकावरची टोपी काढून व ल्यूटीचा हात हाती घेऊन स्नेहभराने त्याने दाबला. सौम्य

शब्दांत तिची विचारपूस केली आणि हे सारे चालू असताना सूर्याच्या उन्हाने एखादा रखरखीत कडा उजळून जावा, तसा त्याचा सुदृढ जोमदार चेहरा आरक्त झाला होता.

ल्यूटीशी बोलणे संपल्यानंतर काका पुन्हा ताठ उभा राहिला आणि कोर्टाचे काम संपताच आम्हाला येऊन गाठण्याचे त्याने आम्हाला आश्वासन दिले. तेवढ्यात इतका वेळ आमचे बोलणे ऐकत उभ्या राहिलेल्या भोवतालच्या लोकांवरूनही त्याने एकवार नजर फिरवली आणि मग तो पुन्हा मोठ्या झोकाने पावले टाकीत पुढे गेला. जज्जांच्या बसण्याच्या जागेभोवतालच्या बंदिस्त लाकडी कठड्यात अगदी मोजक्याच लोकांना प्रवेश मिळे. काका तेथे जाताच हेन्री मॅक्कर्टिनने उठून उभे राहून त्याचे स्वागत केले. आमच्या कुरणावरचे जे दोन लोक आरोपी म्हणून तेथे होते त्यांचेही चेहरे काकाला पाहून हास्याने उजळले. शेरीफने लगबगीने त्याला बसण्यासाठी खुर्ची पुढे केली. कानावर टाक ठेवलेला कारकून काकाकडे आदराने पाहू लागला. इतकेच नव्हे, तर एरवी अतिशय गंभीर व शांत मुद्रा धारण करून बसणारे जज्ज व्हाईट देखील काकाला बघताच प्रसन्नपणे हसले व त्याच्या स्वागतार्थ त्यांनी आपली मान हलवली.

त्या कठड्याच्या आत उभ्या असलेल्या एका माणसाने मात्र काकाच्या आगमनाची मुळीच दखल घेतली नाही. तो माणूस म्हणजे ब्राइस चेम्बरलेन, अमेरिकेच्या अध्यक्षांनी नेमलेला तरुण सरकारी वकील. तो काकाकडे ढुंकूनही न बघता आपल्या जागेवर जसाच्या तसा ताठ उभा राहिला होता. त्याच्या कपाळावर दोन आठ्या उमटल्या होत्या. इतकेच नव्हे, तर आपले पिंगट तपकिरी रंगाचे केस त्याने ज्या रीतीने मागे वळविलेले होते त्यातसुद्धा त्याची नाराजी मोठ्या आकर्षक रीतीने व्यक्त झाली होती.

"हा खटला कशाबद्दल चालला आहे हॉल?" ल्यूटी कॅमेरॉनने हलकेच मला विचारले, "आणि तो माणूस कपाळाला अशा आठ्या घालून का बघतो आहे? कोण आहे तो?"

मी काहीच उत्तर दिले नाही. इतक्यात जज्जांच्या पाठीमागच्या भिंतीत असलेले फिकट निळ्या रंगाचे दार उघडले आणि ज्यूरींचे

काम करणारे लोक त्यातून आत येऊ लागले. बटणे सुटलेली सैल अजागळ जाकिटे अंगात घालून, खांदे पाडून चालणारे अमेरिकन आणि कातडी अंगरखे चढवलेले रुबाबदार मेक्सिकन लोक यांचाच ज्यूरीमध्ये समावेश केलेला होता. आत येताना त्यातला प्रत्येक जण आपल्या डोईवरची टोपी काढून हाती घेत होता व मातीने सारवलेल्या जमिनीवर त्यांचे बूट मोठ्या गमतीदार रीतीने आवाज करीत होते.

ज्यूरी आत आले तेव्हा माझ्या मागल्या बाजूने कुणीतरी कुजबुजले, ''जिम ब्रूटनचं काम आहे म्हणूनच ज्यूरींनी एवढ्या तातडीनं आपला निर्णय घेतला. एरवी दुपारचा खाना झाल्याशिवाय ते आत येणे केवळ अशक्यच!''

एव्हाना ज्यूरींचा प्रमुख एली जोन्स याने आपला निर्णय सांगण्यास सुरुवात केली होती.

''आमचा निर्णय असा आहे,'' एली जोन्स म्हणाला, ''ॲण्डी बॉग्ज यावर काही अज्ञात इसमांनी गोळीबार केला व आपल्या जागेवरून त्याला हुसकावून लावले.''

जज्जांचा चेहरा एकदम लाल झाला. काहीतरी अनुचित कानी पडावे तशी त्यांची मुद्रा दिसू लागली. ते किंचित रागावून म्हणाले, ''हा काय निर्णय झाला? हे दोन आरोपी...''

''ते सर्वस्वी निपराधी आहेत.'' एलीने थोडक्यात आपला निर्णय देऊन टाकला.

तो निर्णय ऐकून मला इतका आनंद झाला की, 'अपॅशे' लोक करतात तशी विजयघोषणा करावी असा मला अनावर मोह झाला. माझ्या पाठीमागे बसलेल्या काही लोकांनी तर आनंदाने आपले बूट जमिनीवर खाड्खाड् वाजवले देखील! जज्ज व्हाईट यांनी आपल्या लाकडी बाकावर जोराने हात आपटून लोकांना शांतता राखण्याची सूचना दिली आणि तोंड आकर्ण पसरून हसणाऱ्या एली जोन्सला आपला निर्णय लेखी द्यावयास सांगून त्यांनी कोर्ट बरखास्त केले.

''हाच निकाल हवा होता ना तुला हॉल?'' ल्यूटी कॅमेरॉनने उत्सुकतेने मला विचारले. पण हा प्रश्न विचारताना तिची नजर

माझ्यावर नव्हती किंवा निर्दोषी म्हणून सुटलेल्या आमच्या नोकरांकडेही ती बघत नव्हती. तिचे डोळे खिळले होते त्या उंच, तरुण सरकारी वकिलावर. एखाद्या घोड्याने पाठीवरून भिरकावून दिलेल्या स्वारासारखी त्याची चर्या वेदनाग्रस्त दिसत होती.

दुसऱ्याच क्षणी ल्यूटीने मला तेथून उठण्याची सूचना दिली. माझ्या हातात हात अडकवून ती उठली व त्या गर्दीतून वाट काढीत ती जज्जाच्या भोवतालच्या लाकडी कठड्यापाशी काकाजवळ जाऊन उभी राहिली. आपला दुसरा मोकळा हात तिने हलकेच त्याच्या हातात गुंफला.

एव्हाना ब्राइस चेम्बरलेनने आपले मन बरेच आटोक्यात आणले होते. काहीशा तुटकपणे त्याने प्रथम हेन्री मॅक्कर्टिनचे अभिनंदन केले आणि मग तो पराभव पावलेला तरुण वकील माझ्या काकाकडे वळला.

''कर्नल ब्रूटन,'' संथपणे तो म्हणाला, ''खटल्याच्या सुनावणीच्या वेळी जे प्रश्न आपणास विचारण्याची संधी मला मिळाली नाही, ते मी आता विचारल्यास चालेल काय?''

चेम्बरलेनची बोलण्याची ढब अत्यंत सभ्यपणाची होती, पण त्याच्या स्वरात एक तऱ्हेचे प्रच्छन्न आव्हान होते आणि त्याच्या डोळ्यात एक अशी निळसर धग होती की, कठड्यांच्या आत उभ्या राहिलेल्या आम्हा सर्वांचे लक्ष आपोआपच त्याच्याकडे वेधले गेले. त्याने मात्र आम्हा कुणाकडेही पाहिले नाही किंवा काकाच्या संमतीसाठीही तो थांबला नाही. तो सरळ पुढे बोलू लागला,

''कर्नल ब्रूटन, तुमचं कुरण दक्षिणोत्तर जवळजवळ शंभर मैल पसरलेलं आहे आणि पश्चिमेकडे ते थेट ॲरिझोना नदीला भिडलेलं आहे असं म्हणतात. ही गोष्ट खरी काय?''

काकाने संमतिदर्शक रीतीने मान हलविली.

''पण या ज्या प्रचंड प्रदेशावर तुम्ही सत्ता गाजवीत आहात त्यातल्या अगदी थोड्या पाणथळ जागाच तुमच्या किंवा तुमच्या हाताखालच्या माणसांच्या नावावर नोंदलेल्या आहेत. या कुरणाचा बराच मोठा भाग अद्यापही सरकारच्याच ताब्यात आहे म्हणे. खरं आहे ना हे? चेम्बरलेनचा आवाज एकदम चढला.

"अगदी कायद्याच्या भाषेत बोलायचं तर ही गोष्ट खरी आहे." काका शांतपणे म्हणाला.

"आणखी हेही खरेच असेल," चेम्बरलेन पुढे बोलला. त्याच्या स्वरात आग्रह व शोध याचे चमत्कारिक मिश्रण झाले होते, "की हा जो लक्षावधी एकरांचा भाग अद्यापही कायद्यानं सरकारच्या ताब्यात आहे त्यातलीच, अन् तीही फक्त एकशेसाठ एकरांचीच जागा ॲण्ड्र्यू बॉग्जला हवी होती. पण तेथूनही काही अज्ञात व्यक्तींनी त्याला जखमी करून हुसकावून लावलं."

"नाही," काका संथ पण दृढ स्वरात म्हणाला, "हे खरे नाही. त्याला एकशेसाठ एकरांची जागा वसवायची होती म्हणून त्याला हुसकावून लावण्यात आलं हे खरं नव्हे. त्याला हुसकावण्यात आलं ते ज्या तऱ्हेने ती जमीन तो वसवू इच्छित होता त्यामुळे!"

त्या दोघांचे ते बोलणे मोठे मनोरंजक होते. गारगोटीवर पोलाद आपटून ठिणग्या उडाव्यात तशीच ती प्रश्नोत्तरे होती. ती ऐकण्यात मी इतका गढून गेलो होती की, आपण कोठे आहोत याचाही क्षणभर मला विसर पडला. पण काकाचे ते शब्द ऐकून भोवतालच्या मंडळींमधून एकदम जोराने संमतिदर्शक कुजबूज उठली तेव्हा मी भानावर आलो. मी चमकून आजूबाजूला पाहू लागलो तेव्हा जमीनमालकांचा नि गुराखी घोडेस्वारांचा एक घोळकाच्या घोळकाच कठड्याला खेटून उभा असलेला मला दिसला.

ब्राइस चेम्बरलेनने मात्र आजूबाजूला ढुंकूनही पाहिले नाही. त्याच्या धगधगणाऱ्या निळ्या डोळ्यांत क्षणमात्र काही चलबिचल झाली आणि मग त्याची वागण्याची पद्धत एकदम बदलली. त्याच्या मुद्रेवर अन् स्वरात विलक्षण आर्जव दिसू लागले आणि काकाशी तो इतक्या विनयाने व नम्रपणे बोलू लागला की, क्षणभर मलासुद्धा त्याच्याविषयी फार आपुलकी वाटली.

"कर्नल ब्ल्यूटन," तो काकाला म्हणाला, "या खटल्याची गोष्ट आपण तूर्त सोडूनच देऊ या. ॲण्ड्र्यू बॉग्ज ही एकच व्यक्ती होती आणि कोर्टानं त्याचा खटला आता निकालात काढला आहे. पण सॉल्ट फोर्क गावालगत आज इतर कितीतरी माणसे ॲण्ड्र्यू बॉग्जप्रमाणे एकटीदुकटी नाहीत. त्यांच्या बरोबर त्यांची कुटुंबे आहेत आणि

कुटुंबात दूधपित्या लेकरांपासून ते म्हाताऱ्या आजीबाईपर्यंत सर्व वयाची माणसे आहेत. या मंडळींनी पूर्वेकडील आपली घरेदारे सोडली आहेत. मिसिसिपीपासून तो रिओ ग्रॅण्डपर्यंत ठिकठिकाणी थडग्यांतून चिरनिद्रा घेत असलेल्या आपल्या जिवलग मृतांनाही त्यांनी सोडलं आहे आणि आपल्या गाड्यांमधून हजारो मैलांचा प्रवास करून ती इथं आली आहेत. कशासाठी? या प्रचंड प्रदेशात घरदार करून स्थायिक होण्यासाठी!'' चेम्बरलेन इतक्या कळकळीने बोलत होता की, त्याच्या बोलण्यात आपोआप वक्तृत्वगुण प्रकट होऊ लागले. ''कर्नल ब्रूटन तुम्ही खटला जिंकला आहे. निकाल तुमच्या बाजूने झाला आहे. तेव्हा आता या प्रश्नाकडे सहानुभूतीनं आणि क्षमाक्षीलतेनं बघणं तुम्हाला सहज शक्य आहे. या साऱ्या निराधार व निर्वासित कुटुंबांच्या वतीने मी तुम्हाला विचारतो, तुमच्या कुरणावरची जी लक्षावधी एकरांची जमीन सरकारच्या मालकीची आहे, त्यातल्या काही थोड्या भागावर तरी त्या लोकांना तुम्ही निर्वेधपणे वसती करू देणार नाही काय?''

माझे लक्ष ल्यूटीच्या चेहऱ्याकडे गेले. बुरख्याआडून डोकावणाऱ्या तिच्या डोळ्यांत एकदम स्निग्ध भाव प्रकट झाले आणि ती मोठ्या आतुरतेने काकाकडे पाहू लागली. पण काकाचे तिच्याकडे लक्षच नव्हते. चेम्बरलेनचे बोलणे संपताच पाण्यावर आलेल्या लांडग्याच्या नुसत्या वासानेही एखाद्या खोंडाने नाक फुगवून गर्दन मागे झुकवावी तसे काकाने आपले मस्तक अभिमानाने मागे झुकवले.

''चेम्बरलेन,'' काका म्हणाला, ''रेड इंडियन लोकांच्या हल्ल्याचा पावलोपावली संभव असतानाही आपला जीव अन् आपलं कुटुंब धोक्यात घालून जे वसाहतवाले पहिल्याप्रथम इथं येऊन स्थायिक झाले, त्यांच्याबद्दल मला नितांत आदर आहे. त्याचप्रमाणे इथलं वातावरण शांत अन् निर्विघ्न झाल्यानंतरच इथं येण्याचं ज्यांनी धाडस केलं आणि येथील वसाहतवाल्यांशी झगडून त्यांची कुरणं स्वतः जिंकून ज्यांनी तिथं वसती केली त्यांच्याविषयीसुद्धा माझ्या मनात थोडीशी तरी सहानुभूती आहे. पण...'' काकाचा स्वर एकदम चढला. त्या लहानशा निःशब्द खोलीत त्याच्या आवाजाला आलेली धार चांगलीच जाणवू लागली. ''जेव्हा एखादा परका

आणि उपरा माणूस समुद्रसपाटीपासून जवळजवळ सात हजारांपेक्षाही अधिक उंच असलेल्या माझ्या कुरणावरच्या पाणथळ पठारासारख्या जागेची स्थायिक होण्यासाठी निवड करतो, जिथे धान्य वाढण्यापुरता देखील पाऊस पडत नाही, अशी ती जागा नांगरून तिथलं गवत मात्र तो मारून टाकतो, आपल्या कुटुंबीयांच्या पोषणासाठी माझ्या गुरांचा जो जीव घेतो आणि अशा रीतीने आपला स्वाभिमान गमावून जो समजाला मात्र उपद्रवकारक होऊन बसतो, अशा माणसाची मला दयाही येत नाही की त्याच्याबद्दल मला सहानुभूतीही वाटत नाही.''

काकाचे डोळे आता काजळासारखे काळेभोर झाले होते. त्यात गर्विष्ठ, उद्धट भाव चमकत होते आणि त्याच्या मुद्रेवर सामर्थ्य आणि निष्ठूरपणा शिलालेखात कोरावेत तसे कोरलेले दिसत होते. तो पुढे म्हणाला, ''मला शेवटी इतकंच सांगायचं आहे की, बॉग्जला इथून हाकलून देणाऱ्या माणसांचा राग मी चांगला ओळखतो. आपल्या कुरणाचं वाटोळं करू बघणाऱ्या प्रत्येक उपऱ्याला ते अशाच रीतीने हुसकावून लावतील यात मुळीच शंका नाही.''

एक मिनिटभर तेथे अगदी निःशब्द शांतता पसरली होती. ते दोघेजण एकमेकांकडे रोखून, टक लावून बघत होते. काकाचा चेहरा निर्भय, उग्र व कठोर दिसत होता. चेम्बरलेनची मुद्रा आवरून धरलेल्या भावनावेगामुळे पांढरीफटक पडली होती. थोड्या वेळाने खालच्या स्वरात पण अत्यंत जळजळीत वृत्तीने तो म्हणाला, ''कर्नल ब्रूटन तुमच्यावर किंवा तुमच्या माणसांवर खटला भरण्यात काहीच अर्थ नाही, हे मला आधीच बजावण्यात आलं होतं. तुम्ही इथल्या मुलखावर मन मानेल अशी सत्ता गाजवता हे मला माहीत होतं. तुम्हाला न्यायाची काडीमात्र कदर नाही आणि आपल्यापेक्षा कमी भाग्यशाली असलेल्या आपल्या बांधवांना आपल्या कुरणातला वाटा द्यायला तुम्ही कधीही तयार होणार नाही, हे आधीच कळायला हवं होतं मला!''

एवढे बोलून चेम्बरलेनने आपले तोंड बाजूला फिरवले व तो तडक तेथून चालता झाला. पण हे प्रकरण एवढ्यावरच संपले नाही

याची आम्हा सर्वांना चांगली जाणीव होती. मी सहज ल्यूटीकडे दृष्टिक्षेप केला. ती अजूनही काकाला बिलगून उभी होती, पण तिचे डोळे मात्र कोर्टातल्या गर्दीत उभ्या असलेल्या मिसुरी परगण्यातील लोकांवर खिळलेले होते. निरनिराळ्या रेघारेघांचा व सतरा ठिगळे लावलेला शेतकऱ्याचा पोशाख अंगावर चढवलेले ते लोक अगदी सुन्न होऊन, एकीकडे घोळका करून उभे होते. जरा वेळाने ल्यूटी काकाबरोबर जेवण्यासाठी म्हणून जेव्हा तेथून निघून गेली, त्या वेळी घटकेपूर्वी मोठ्या हौसेने आपल्या छातीवर खोवलेला तो झगमगीत पिवळ्या फुलांचा तुरा तिने काढून बाजूला फेकून दिला.

त्या दिवशी दुपारी 'एक्चेंज हाउस'मधल्या खास स्त्रियांसाठी राखून ठेवलेल्या दिवाणखान्याबाहेर मी कितीतरी वेळ ताटकळत उभा होतो. सरतेशेवटी मी जेव्हा दरवाजा उघडून आत गेलो तेव्हा दिवाणखान्याच्या उंच खिडकीशी काका मोठ्या रुबाबात उभा असलेला दिसला. त्याच्या शेजारी ल्यूटी होती. तिने आपला तपकिरी रंगाचा बुरखा मस्तकावरून मागे सारला होता. मस्तक मोठ्या ऐटीने वर उचलले होते. तिच्या टोपीवरची पिसेदेखील अगदी झोकाने मागे वळलेली दिसत होती आणि खिडकीतून आलेल्या उन्हाच्या एकाच लहानशा तिरिपीने तिचे सर्वांग सोनेरी प्रकाशाने झळाळून गेले होते. त्या भल्याथोरल्या व अंधारलेल्या दिवाणखान्यात उन्हाने उजळलेली तिची ती छोटीशी आकृती एखाद्या अविस्मरणीय चित्रासारखी दिसत होती. काका व ल्यूटी जवळ जवळ उभे राहिले होते आणि काळाभोर रेशमी कोट अंगावर चढवलेले जज्ज व्हाईट घसा साफ करीत, घट्ट मिटलेल्या ओठांनी लग्नविधीची मंत्रावली वाचत होते.

लग्न लागल्यानंतर डॉ. रीडने पुढे होऊन ल्यूटीचे अभिनंदन केले व तिचे अभीष्ट चिंतले. बाह्यतः ती अगदी शांत दिसत होती. तिच्या मनाची खरी अवस्था राखेने सारवल्यागत पांढऱ्या फटफटीत पडलेल्या चेहऱ्यावरून काय व्यक्त होत असेल तेवढीच. हेन्री मॅक्कर्टिनही तेथे हजर होता. त्याच्या पांढऱ्या शुभ्र परीटघडीच्या कपड्यावर सुदैवाने तंबाखूचा एकही डाग दिसत नव्हता. त्यानेही ल्यूटीचे मनःपूर्वक अभिनंदन केले व काकासारख्या लाजाळू

माणसाला लग्नाच्या बंधनात गुंतविण्यात यशस्वी झाल्याबद्दल तिची थोडीशी थट्टाही केली.

त्यानंतर काका व ल्यूटी यांनी आमच्या स्वारीला डेपोकडे नेले. त्या दिवशी ल्यूटीने मला शेवटी दर्शन दिले ते ती फ्लॅटफॉर्मवर उभी राहून हातातला रुमाल हलवून मला निरोप देताना. मी रागावलो असल्यामुळे तिला हात हलवून प्रत्युत्तर दिले नाही की तिचा निरोपही घेतला नाही. पण त्या रात्री मेक्सिकन टेकड्यांमधून व गर्द काळोखातून आमची गाडी जेव्हा धुराचे भपकारे सोडत वेगाने धावत होती, त्या वेळी आमच्या कुरणाच्या प्रचंड गवती समुद्रामध्ये एखाद्या छोट्याशा बेटाप्रमाणे भासणारे आमचे घर व तेथे यापुढे कोंडून पडणारी ल्यूटी यांचीच चित्रे आलटून-पालटून माझ्या डोळ्यांसमोर येत होती!

●

३

मला न आवडणाऱ्या अशा अनेक जागा आजवर मी पाहिलेल्या आहेत. पण लेक्झिंग्टन येथील ज्या अॅकॅडमीत ल्यूटीमुळे मी डांबला गेलो होतो, तिजविषयी मला वाटे तसा तिटकारा दुसऱ्या कोणत्याही जागेविषयी मला क्वचितच कधी वाटला असेल. त्या अॅकॅडमीच्या विटांनी बांधलेल्या भिंती, तिचे ते दगडी कठडे, आमच्या भागात मी कधीही न अनुभवलेली आणि एकेक आठवडा सूर्यदर्शन होऊ न देणारी अशी तेथली ती भयंकर थंडी आणि मैलभर रुंदीच्या मिसुरी परगण्यातील विचित्र पिवळ्या बर्फातून जाणारा तो गलिच्छ रस्ता यातले काहीएक मला आवडत नसे.

त्यानंतर वसंत ऋतूचे आगमन झाले. वितळणाऱ्या बर्फाने ठिबकणाऱ्या पागोळ्यांचा अखंड नाद कानी पडू लागला. शाळेभोवतालच्या भिजलेल्या झाडांमधून विचित्र पाखरांची किलबिल उमटू लागली आणि मिसुरीतले बर्फ जादूची कांडी फिरवावी तसे अदृश्य झाले. त्या बर्फाबरोबरच मीही तेथून अंतर्धान पावलो. शाळेतून पळ काढून त्याच दिवशी दुपारी मी कॅन्सास शहरी येऊन पोहोचलो. माझ्या ताठ पाठीवरून आणि माझ्या पुढे झुकलेल्या

हनुवटीवरून माझ्या भयभीत अवस्थेचा कुणालाही पत्ता लागणे केवळ अशक्य होते. पण खरे सांगायचे तर त्या परक्या, सहानुभूतिशून्य शहरात मी अतिशय गोंधळून गेलो होतो. तेथील दगडी पदपथावरून धडधडत जाणाऱ्या त्या गाड्यांनी माझी अस्वस्थता अधिकच वाढत होती आणि रस्त्यावरची माणसे बिळातल्या एखाद्या उंदरापेक्षा माझी अधिक दखल घेत नव्हती. मला एकाएकी सॉल्ट फोर्क गाव आठवले. पिवळयाजर्द उन्हात निवांतपणे पहुडलेले तेथील ते धुळकट रस्ते आठवले आणि त्या गावाची व तेथील वातावरणाची माझ्या जिवाला विलक्षण ओढ लागून राहिली. नाही म्हणायला, नंतर अर्ध्या तासाने मी जेव्हा 'मास्टर्स पॅकिंग कंपनी'चा मालक निकोलस मास्टर्स याला जाऊन भेटलो तेव्हा त्याच्या कंपनीच्या प्रचंड आवारातल्या भल्याथोरल्या बैलांचे ओळखीचे रंग अन् वास यांनी मात्र मला थोडासा दिलासा दिला. त्या रंगांनी आणि वासांनी मला एकदम जुन्या वातावरणात नेले. मी शाळेतून पळून आलो आहे हे जेव्हा मास्टर्सला कळले तेव्हा त्याचा गुबगुबीत लाल चेहरा रागाने थरथरू लागला. मला कुरणावरील माझ्या घरी जाण्यासाठी तेव्हा मदत करावी असे मी जेव्हा त्याला सुचविले तेव्हा आपले लठ्ठ बोट माझ्यापुढे नाचवीत तो घाईघाईने म्हणाला, ''छे छे पोरा! तुला घरी पळून जायला मी साह्य केल्याचं जर तुझ्या काकाला कळलं, तर त्याच्याकडून पुन्हा गुरं विकत मिळण्याची मला या जन्मात आशा करायला नको!''

मला शाळेत डांबून ठेवण्यात काकाचा मुळीच हात नव्हता. त्याच्या नवपरिणीत वधूने ही सर्व कारवाई केली होती आणि तिनेच शाळेच्या या तुरुंगात मला अडकवून ठेवले होते, हे जेव्हा मी मास्टर्सला समजावून सांगितले तेव्हा मात्र त्याचा राग थोडासा ओसरला आणि तो माझ्याकडे सहानुभूतिपूर्ण नजरेने पाहू लागला. थोड्या वेळाने त्याने मला एक पास व प्रवासखर्चापुरते थोडेसे पैसे देऊन माझी तेथून रवानगी केली. मात्र शेवटी त्याने हळूच बजावले, ''हॉल, तुला इथून पळून जायला मी मदत केली, हे तुझ्या काकाच्या त्या द्वाड बायकोला मात्र मुळीच कळू देऊ नकोस हो!''

सॉल्ट फोर्क गावी जाऊन पोहोचल्यानंतर डॅगेटच्या तबेल्यातून मी एक घोडा मिळवला व त्यावर स्वार होऊन मी आमच्या कुरणाकडे दौडत निघालो. भोवतालच्या मैदानावरील दलदलीतून हिरवळ फुटू लागली होती. डबक्यातले हंसपक्षी निळ्याभोर आभाळात भरारत होते. वसंत ऋतूच्या कोवळ्या उन्हाने सुखावलेली वासरे कानात वारे भरल्यासारखी नाचत उधळत होती आणि घोडे थंडीच्या दिवसांतली रखरखीत लव अंगे घासून काढून टाकत होते. ते परिचित व प्रिय वातावरण पाहून एक विचित्र गहिवर माझ्या मनात दाटून आला व ज्या स्त्रीने माझ्या आवडत्या परिसरातून माझी हकालपट्टी केली होती तिच्याविषयी मला अधिकच तिटकारा वाटू लागला. आता घरी गेल्यावर तिच्याशी कसे तुटकपणे बोलायचे व आपला तिरस्कार तिला जाणवेल अशा थंड, स्नेहशून्य रीतीने तिच्याशी कसे वागायचे, याचे बेत मी मनाशी आखू लागलो.

माझे आगमन ल्यूटीच्या एकदम लक्षात येऊ नये अशी माझी इच्छा होती, म्हणून मी मधल्याच एका आडव्या रस्त्याने कुरण ओलांडले व मागल्या दाराने आमच्या घरात मी प्रवेश केला. मी आता येताच स्वयंपाकघरात काम करणाऱ्या व मी पूर्वी तेथे कधीच न पाहिलेल्या एका अपरिचित चिनी स्वयंपाकिणीने माझ्याकडे मोठ्या संशयी नजरेने पाहिले. पण तिच्याकडे विशेष लक्ष न देता मी सरळ बाहेरच्या दिवाणखान्यात आलो. दिवाणखान्याचे बदलेले स्वरूप पाहून माझ्या कपाळाला आठ्या पडल्या. तेथे 'पाइन'चे बाक ठेवलेले असून त्यांच्यापाठी 'नॅव्हॅजो' ब्लॅकेटांनी आच्छादलेल्या होत्या. शेजारच्या मोठ्या कोठीघराकडे मी पाहिले तो तेथेही असाच बदल मला दिसला. लहानपणापासून माझ्या ओळखीचे असलेले ते कॉफीचे व पिठाचे डोंगर आता कोठे गेले होते कुणास ठाऊक! त्याचप्रमाणे सुकवलेल्या फळांचे पेटारेही कोठे तरी अदृश्य झाले होते. त्यांच्याऐवजी जमिनीवर एक भलीथोरली 'ब्रुसेल्स' संतरंजी अंथरलेली होती. खिडक्यांवर गडद लाल रंगाच्या जाड कापडाचे पडदे झुलत होते. घोड्याचे केस आत भरून फुगीर केलेल्या बैठकीचे सोफासेट व खुर्च्या भिंतीशी ठेवलेल्या होत्या. कोपऱ्यात एक पियानो उभा होता. त्याचे कोरीव काम केलेले पाय, चकचकीत

'पॉलिश' केलेले वरचे झाकण डोळे दिपवीत होते. तो पियानो पाहून मला शाळेतल्या पियानोची आठवण झाली व माझी चीड अधिकच वाढली.

दिवाणखान्यातले व कोठीघराचे ते पालटलेले स्वरूप पाहून एकीकडे मला चीड येत होती, तर दुसरीकडे मला खचल्यासारखे, हताश झाल्यासारखे वाटत होते. लहानपणापासून माझ्या ओळखीचे असलेले माझे आवडते घर जणू कायमचे अदृश्य झाले होते व त्याची जागा एका वेगळ्याच अपरिचित घराने घेतली होती! ती जाणीव फार दुःखदायक होती. मनात असे कडवट विचार घोळवीत हताश, खिन्न वृत्तीने मी तेथेच एकाकी अवस्थेत उभा होतो. इतक्यात दिवाणखान्यालगतच्या भल्याथोरल्या शय्यागृहातून एक सुंदर, सडपातळ आकृती दिवाणखान्यात आली. मी चमकलो. ती ल्यूटीच होती. पूर्वीपेक्षा ती आता थोडीशी कृश झाली होती व तिच्या मुखावरची आरक्त छटाही किंचित फिकटली होती. पण एरवी ती अगदी पहिल्यासारखीच दिसत होती. तिच्या रूपात जसा फरक पडला नव्हता तसाच तिच्या नोकझोकातही बदल झाला नव्हता. या उजाड व निर्मनुष्य कुरणावर राहत असताना देखील तिने आपली केशभूषा सेन्ट लुई गावातील अद्ययावत फॅशननुसार केलेली होती. गुलाबी फुलांचा ताजा टवटवीत तुरा तिने आपल्या वक्षभागावर खोवला होता आणि तिच्या हालचालीत देखील पूर्वीचीच चमक अन् जिवंतपणा प्रत्ययाला येत होता.

मला पहिल्याबरोबर क्षणभर तीही चकित झाली. पण लगेच तिने मला ओळखले.

"हॉल!" ती विस्मयानंदाने ओरडली. आणि दुसऱ्याच क्षणी आपल्या तरुण कोवळ्या बाहूंचा विळखा माझ्याभोवती घालून तिने अशा आवेगाने मला छातीशी कवटाळले की, वर्षानुवर्षे ती माणसाच्या सहवासासाठी भुकेलेली होती असेच कुणालाही वाटावे! तिने मला जवळ घेतले तेव्हा तिच्या अंगाभोवती दरवळणारा 'व्हायोलेट'चा नाजूक सुवास एखाद्या मादक पेयाप्रमाणे मला गुंगी आणू लागला. तिच्या आपुलकीच्या स्पर्शाने आणि त्या मधुर सुवासाने माझे मन एकदम प्रसन्न झाले आणि ल्यूटीविषयी मला इतका वेळ वाटत

असलेला तिरस्कार क्षणार्धात वितळून गेला, मिसुरी परगण्यातले बर्फ वसंताच्या आगमनाने वितळले होते ना, अगदी तसाच!

जरा वेळाने तिने मला आपल्यापासून एका हाताच्या अंतरावर उभे केले. मला एकदा खालपासून वरपर्यंत नीट न्याहाळून पाहून घेतले. माझा हात हातात धरून तो जोराने दाबला आणि हर्षभराने ती उद्गारली, "हॉल, किती उंच झाला आहेस रे तू? अन् केवढा छान दिसायला लागलाहेस?"

त्यानंतर कितीतरी वेळ ती एकसारखी उत्साहाने बडबडत राहिली. कालपासून एकही माणूस घरी न आल्यामुळे तिला कसे चुकल्याचुकल्या सारखे वाटत होते. या पश्चिमेकडील हवेत आकाश सतत निळेभोर दिसत असल्यामुळे आणि सोनेरी उन्हे एकसारखी पडत असल्यामुळे या कुरणावरचा हिवाळा तिने किती मजेत घालवला होता, काका आता पूर्वीपेक्षा किती रुबाबदार दिसू लागला होता, येत्या वसंत ऋतूत घराभोवती भरपूर सावली मिळावी म्हणून कुरणावरील नोकरांच्या मदतीने काही झाडे तिने कशी मुद्दाम लावून घेतली हाती आणि असले किरकोळ काम नोकरांना सांगितल्यामुळे काका तिच्यावर कसा रुष्ट झाला होता... सारे सारे तिने मला हसत हसत सांगून टाकले. पण हे सर्व बोलताना तिची मुद्रा जरी प्रसन्न असली तरी तिच्या डोळ्यांत, पहिल्या दिवशी मला दिसली होती तीच एक अस्वाभाविक तीव्र चमक अद्यापही दिसत होती.

त्यानंतर पुढल्या वर्षी मी जेव्हा पुन्हा कुरणावरील आमच्या घरी आलो तेव्हाही, आमचा दिवाणखाना जरी पाहुण्यांनी गजबजलेला होता तरी ल्यूटीच्या डोळ्यांत तीच विचित्र चमक मला जाणवली. लवकरच माझ्या ध्यानी आले की, आमच्याकडे पाहुण्यांची वर्दळ खूपच वाढली होती. दुपारच्या जेवणासाठी किंवा रात्रीच्या मुक्कामासाठी किंवा एखादा आठवडा राहण्यासाठी आमच्याकडे पाहुण्यांची सतत रीघ लागलेली असे. पाहुणा नाही असा दिवस क्वचितच जाई. आलेल्या पाहुण्या मंडळीतले पुरुष पत्ते खेळत, गाणी गात. बायका विणकाम करीत किंवा आमच्या वार्षिक गुरेमोजणीच्या कार्यक्रमाला भेट देणे याला मात्र हे पाहुणे नाराज असत. ल्यूटीला देखील या गोष्टीत भाग घ्यायला आवडत नसे व त्यातून सोडवणूक करून

घेण्यासाठी ती हरतऱ्हेच्या सबबी काढीत असे.

आमच्याकडे येणाऱ्या पाहुणे मंडळीत 'बार चव्वेचाळीस'चे इग्रज मालक असत, 'फोर्ट एविंग'मधले नृत्यकुशल सरकारी अधिकारी असत आणि इतरही काही अशी बडी मंडळी येत, की ज्यांची नावे जिभेवर घोणळवण्यातसुद्धा ल्यूटीला मोठा आनंद वाटे. या मंडळीत सॅन्टा फे व आल्बुकर्क येथील पाहुणे असत. त्याचप्रमाणे प्रांताच्या कोर्टात काम असेल त्या वेळी जज्ज व्हाईट आणि ब्राइस चेम्बरलेन हेदेखील आमच्याकडे अधूनमधून येत.

पण घरी एकसारख्या येणाऱ्या या पाहुण्यांचा काकाला राग येत असेल, असा जर माझ्यासारख्याने अंदाज बांधला असता, तर तो साफ चुकला असता. काका आपली कुरणावरची कामे पूर्वीइतक्याच नेटाने व उत्साहाने करीत होता. पण बाहेरच्या या साऱ्या कष्टाच्या अन् धकाधकीच्या जीवनानंतर घरातले खेळकर आणि प्रसन्न वातावरण त्याला मोठे सुखकारक वाटत असले पाहिजे. आणि त्यात नवल ते काय होते? बाहेर पसरलेल्या काळोखातून प्रकाशाने उजळलेल्या घरात प्रवेश करताना कुणाला आनंद वाटणार नाही? खडबडीत खोगिरावर मांड टाकून दिवसभर दौड केल्यानंतर मऊमऊ कोचावर आरामशीरपणे बसून विसावा टाकून दिवसभर दौड केल्यानंतर मऊमऊ कोचावर आरामशीरपणे बसून विसावा घेताना कोण सुखावणार नाही? चहूकडे पडदे सोडलेल्या उबदार दिवाणखान्यात माणसांच्या गप्पा ऐन रंगात आल्या आहेत, हसण्याखिदळण्याचे आवाज कानी पडत आहेत, अंगावर रेशमी पोषाख चढवलेल्या ल्यूटीचे लावण्य मेणबत्त्यांच्या मंद प्रकाशात अधिकच खुलून दिसत आहे. टेबलावर पांढरेशुभ्र कापड अंथरलेले आहे, त्यावर चांदीची भोजनपात्रे लखलखत आहेत, सुग्रास अन्नाचा वास सर्वत्र दरवळत आहे... बाहेर थंड, गारठलेल्या कुरणावर दिवसभर राबल्यानंतर अशा ठिकाणी पाऊल टाकणे कुणाला रुचणार नाही? मलादेखील हे सुख अद्‌भुत वाटत असे, मग काकाला ते तसे वाटणारच!

बाहेरून आत आल्यावर काका दिवाणखान्याच्या मंडळींना मोठ्या रुबाबाने अभिवादन करी. पण तो कुणाशी फारसे बोलत मात्र नसे. बोलण्याऐवजी कोचावर मुकाट्याने बसून राहणेच त्याला

अधिक आवडे. अशा वेळी तो ल्यूटीकडे बघत राही. तिच्या चापल्ययुक्त हालचाली पाहताना आणि तिचे बोलणे ऐकताना एरवी उग्र दिसणारा त्याचा चेहरा मृदू दिसू लागे आणि त्याची अहंकारी व दर्पयुक्त दृष्टी सौम्य आणि कोमल होऊन जाई! ल्यूटी मात्र एकसारखी बोलत असे. केवढीही मोठी मेजवानी असो, कितीही पाहुणे आलेले असोत, त्या साऱ्या उत्सवपूर्ण वातावरणात ती एखाद्या तेजस्वी दीपज्योतीप्रमाणे भासत असे. चेहरा औत्सुक्याने किंचित वर उचलून ती जेव्हा आपल्या वैशिष्ट्यपूर्ण चमकदार पद्धतीने बोलत राही तेव्हा साऱ्यांच्या नजरा तिच्यावर खिळून जात. मध्येच तिचे खळखळते हसू दिवाणखान्यात पसरे. कधीकधी पियानोसमोर बसून ती जेव्हा त्या वाद्याच्या पांढऱ्याशुभ्र पट्ट्यांवरून आपली बोटे फिरवी तेव्हा त्या बोटांतल्या अंगठ्या चमचम करीत. जवळच्या संगमरवरी उंच दिव्याचे किरण तिच्या दाट काळ्याभोर केसांत प्रकाशाच्या फिरत्या लाटा उमटवीत.

ल्यूटी एकसारखी बोले, हसे. तिच्या हास्यविनोदाला कधी क्षणभर देखील खळ पडत नसे. दिवाणखान्यातल्या कोचावर बसून आपल्या गोऱ्यापान नाजूक हातांच्या अर्थपूर्ण हालचाली करीत शेजारी बसलेल्या पाहुण्यांशी जेव्हा ती एकसारखी अव्याहतपणे बोलत राही तेव्हा माझ्या मनात एक विचित्र कल्पना येई की, ल्यूटी रात्रीसुद्धा झोपत नसली पाहिजे. तिचे हे बोलणे रात्रंदिवस अखंड चालत असले पाहिजे!

कधीकधी ल्यूटी आपल्या मित्रमंडळींबरोबर सॉल्ट फोर्क गावी जाई व तेथे आपल्या परिचयाच्या 'नेदरवुड्स किंवा हॉल्डरनेसेस' अशा एखाद्या कुटुंबाबरोबर ती रात्री मुक्काम करी. ही मंडळी ब्राइस चेम्बरलेनच्या नात्यातली होती. एकदा-दोनदा मीच तिला तिकडे नेऊन पोहोचविले होते. अशा वेळी जेव्हा आम्ही आमच्या घराभोवतलच्या गर्द वृक्षराजीबाहेर पडत असू, त्या वेळी ल्यूटी सभोवती दूरपर्यंत पसरलेल्या विस्तीर्ण गवती समुद्राकडे बघण्याचे जाणूनबुजून टाळून एकसारखी माझ्याशीच बोलत राही. हे जेव्हा एकदा-दोनदा मी पाहिले तेव्हा घराभोवती झाडे लावण्याचा एवढा अट्टहास तिने का केला होता, हे तत्काळ माझ्या ध्यानी आले.

भोवतालच्या गवती समुद्राचे आपणास दर्शन होऊ नये म्हणून मुद्दामच ही वृक्षांची भिंत तिने स्वःभोवती उभारली होती, उन्हाळ्यात सावली व्हावी म्हणून नव्हे!

"एकदा तिला मुलबाळं झाली म्हणजे तिचं मन आपोआप इथं रमेल!'' हॉल्मनच्या विवाहसमारंभाचे वेळी नखशिखांत नटलेल्या ल्यूटीकडे ओझरती नजर टाकीत नेदरवुडच्या पत्नीने जज्ज ब्राइसला हलकेच म्हटले!

एकूण, ल्यूटीचे मन येथे रमत नाही हे माझ्याप्रमाणे इतरांच्याही ध्यानी आले होते तर!

●

४

त्यानंतर लवकरच आमच्या घरात मुलेबाळे खेळू लागली. दरवर्षी शाळेतून मी जेव्हा सुटीत घरी येई तेव्हा या एकेका नव्या मुलांचे दर्शन होई. पहिल्या खेपेला ल्यूटीला मुलगी झाली. ती लठ्ठ, गुबगुबीत असून तिचे डोळे आपल्या आईसारखेच काळे होते. डोक्यावर मात्र जावळाचा पत्ता नव्हता. दुसऱ्या खेपेला ल्यूटीने एका मुलाला जन्म दिला. त्याचे केस व डोळे काळेभोर असून मुद्रेवरचा भाव विलक्षण गंभीर होता. ल्यूटीच्या तिसऱ्या मुलाचे डोळे मात्र अनपेक्षितपणे गडद निळ्या रंगाचे होते. त्याच्या डोकीवरचे केस फिके पिंगट असून ते इतके मऊ होते की, माझ्या श्वासाने ते पिसासारखे भुरभुरत असत.

ल्यूटीला तीन मुले झाली तरी तिच्यामध्ये म्हणण्यासारखा काहीच बदल झालेला दिसला नाही. तिला पहिले मूल झाले तेव्हा ती आता मोठी झाली हे माझ्या ध्यानी आले व तिला योग्य तो मान देण्यासाठी म्हणून तिला आता 'काकी' म्हणावे असा विचार माझ्या मनात आला. पण माझ्या या बेताचा सुगावा तिला लागला मात्र, ती एकदम उसळून मला म्हणाली-

"मला काकीबिकी म्हणायचं नाही हं, हॉल! मला कुणी काकी म्हणावं एवढी पोक्तीपुरवती बाई मी कधी होणारच नाही मुळी!''

ल्यूटीने मुलांना सांभाळण्यासाठी ठेवलेली 'ब्लॅक हॅटी' ल्यूटीचे

हे बोलणे ऐकून तोंड बाजूला वळवून उपरोधाने हसली. पण ल्यूटीचा अभिमान खोटा नव्हता. तिला दुसरे मूल झाले तरी तिचा बांधा अगदी पूर्वीसारखाच सडपातळ होता व तिच्या हालचालींतले चापल्य यत्किंचितही मंदावले नव्हते किंवा तिच्या नितळ त्वचेवर एकही सुरकुती अद्याप पडली नव्हती. तिला तिसरे मूल झाले तेव्हा ते पाळण्यात आहे तोच ल्यूटी नृत्याच्या कार्यक्रमांना जाऊ लागली. 'बार चव्वेचाळीस' या मद्यपानगृहाच्या विस्तीर्ण दिवाणखान्यात ब्राइस चेम्बरलेनबरोबर तासन्तास नृत्य करताना तिला कधी थकवा येत नसे.

ब्राइस चेम्बरलेन आता वरचेवर आमच्याकडे येऊ लागला होता. हॉल्डरनेसची तरुण देखणी पत्नी चेम्बरलेनची चुलत बहीण होती. तिच्याबरोबर तो नेहमी आमच्या घरी येई, मग काका घरी असो वा नसो. त्याचे हे येणे मला फारसे रुचत नसे. वॉशिंग्टन येथील राजवट काही दिवसांपूर्वी बदलली होती व त्यामुळे जज्ज व्हाईट व चेम्बरलेन यांच्याही पहिल्या नोकऱ्या गेल्या होत्या. चेम्बरलनने आता सॉल्ट फोर्क गावातल्या चौकात 'गिडिंग'च्या नृत्यगृहाशेजारी कायद्याचा सल्ला देण्यासाठी एक स्वतंत्र खासगी ऑफिस उघडले होते. या भागात वसती करण्यासाठी बाहेरून येणाऱ्या लोकांना मोठमोठ्या जमिनी किफायतशीर रीतीने मिळवून देऊन त्यांची खरेदीखते तयार करून देणे आणि घरे व जमिनी खरेदी करू बघणाऱ्यांची नावे नोंदवून घेणे, ही कामे तो मोठ्या उत्साहाने करीत असे आणि त्यासंबंधी सर्व कायदेशीर सल्लाही तो लोकांना देई.

माझा काका चेम्बरलेनकडे क्वचितच लक्ष देई. चेम्बरलेन मात्र काकाशी फार आदराने वागे. पण कित्येक वेळा काकाचे लक्ष आपल्याकडे नाही अशी संधी साधून तो काकाकडे एका विवक्षित रीतीने टक लावून बघत असे, हे अनेकदा माझ्या ध्यानात आले होते. त्या वेळी त्याच्या निळ्या डोळ्यांत जणू असा भाव उमटलेला असे की, 'तुमची अमदानी आता संपत आलेली आहे. तुमची पिढी मागे पडत आहे. इथून पुढे जगावर आमची हुकमत चालवायची आहे, तुमची नाही,' असा इशारा तो काकाला देत आहे असे वाटे

आणि ल्यूटीशी बोलताना तर तो उघडउघड तिला म्हणे, "सुधारणेची पावलं पश्चिमेकडे आता झपाट्याने पडू लागली आहेत.लवकरच ती येथे येऊन पोहोचेल आणि तुमच्या घराभोवतालच्या या सुपीक कुरणावर सर्वत्र शेते आणि शाळा दिसू लागतील!''

काका चेम्बरलेनकडे जेवढे दुर्लक्ष करी तेवढीच मीही त्याची उपेक्षा करीत असे. पण एकदा मी जेव्हा त्याच्याकडे जेवणाचे आमंत्रण करावयाला गेलो होतो त्या वेळी त्याच्या टेबलावर नव्या नगररचनेचा आराखडा असलेले नकाशे मी पाहिले. त्याचप्रमाणे येथे जागा खरेदी करण्यासाठी धडपडणाऱ्या पूर्वेकडील वसाहतवाल्यांची कित्येक पत्रेही तेथे रचून ठेवलेली मला दिसली. ते सारे पाहून माझ्या मनात एक अनामिक भय निर्माण झाले. मी गडबडून गेलो.

सेन्ट लुई येथे मी कॉलेजचे शिक्षण घेत होतो तेव्हा वॉशिंग्टन येथे पुन्हा एकदा सत्तांतर झाले. मी कॉलेजमधून सुटीत घरी जावयास निघालो होतो त्याच वेळी सॉल्ट फोर्क येथे इंग्रजी व स्पॅनिश या दोन्ही भाषांत निघणाऱ्या वर्तमानपत्राचा अंक माझ्या हाती पडला. त्यात मी वाचले की, ब्राइस चेम्बरलेन आता आपले ऑफिस कायमचे बंद करून व आपली सर्व कायद्याची कामे अर्चिमीड या वकिलाकडे सोपवून डेन्व्हरला स्थायिक होणार होता. तेथे त्याची सरकारी वकील म्हणून नेमणूक करण्याचे त्याला सरकारकडून अभिवचन मिळाले होते. ही बातमी वाचून मला फार समाधान वाटले. पण मी सॉल्ट फोर्कला दोन आठवड्यानंतर जेव्हा आलो तेव्हा तो मला अचानक तेथे दिसला. त्याचा पोषाख नेहमीप्रमाणेच झोकदार व टापटिपीचा होता आणि नेहमीच्या ऐटीने पावले टाकीत तो गावातला चौक ओलांडत होता. त्याला अद्याप तेथेच रेंगाळताना पाहून माझ्या कपाळाला आठ्या चढल्या. मी बाजूला मान वळविली तो माझ्या पलीकडेच थोड्या अंतरावर हेन्री मॅक्कर्टिन मला दिसला. तो आता पूर्वीपेक्षाही अधिक लठ्ठ झाला होता आणि त्याच्या ओठांना झाकू टाकणाऱ्या मिशाही आता करड्या दिसू लागल्या होत्या. तोही माझ्याप्रमाणेच चेम्बरलेनकडे नाखुशीने रोखून बघत होता.

"चेम्बरलेन इथून जाणार या बातमीनं तुम्हालाही माझ्याप्रमाणे बरं वाटतं ना?" मॅक्कर्टिनशी हस्तांदोलन केल्यानंतर मी त्याला विचारले.

"त्या बाबतीत काहीही निश्चित सांगणं मोठं अवघड आहे, हॉल! गावात सर्व तऱ्हेच्या वदंता उठत आहेत!" मॅक्कर्टिन गंभीर स्वरात म्हणाला आणि मग आपण वाजवीपेक्षा अधिक बोललो की काय असे वाटून तोंड फिरवून तो लगेच तेथून चालता झाला.

त्या संभाषणानंतर प्रथमच मी मनातून अस्वस्थ झालो. न बोलल्या जाणाऱ्या पण तरीही वातावरणात भरून राहिल्यासारख्या वाटणाऱ्या गोष्टी मला अंधूकपणे जाणवू लागल्या. शहराच्या आजूबाजूला सर्वत्र पसरलेल्या वाळूच्या टेकड्यांच्या रांगा आगामी वादळाची भयानक सूचना देत आहेत, असे वाटू लागले. गावातल्या चौकात पूर्वेकडील निरनिराळ्या बंदरांतून इकडे वसाहत करण्यासाठी आलेल्या लोकांच्या पांढऱ्या आच्छादनांनी झाकलेल्या गाड्यांचा ताफाच्या ताफा नजरेला पडत होता. मी आगगाडीने सॉल्ट लेकला येत होतो त्या वेळी कॅन्सास व रॅटन या विभागातून गाडी येत असता गाडीच्या खिडकीतून बाहेर नजर टाकली म्हणजे वसाहत करण्यासाठी आपली जागा सोडून निघालेल्या लोकांच्या गाड्यांच्या रांगा कशा दिसत हेही मला आठवले आणि माझी अस्वस्थता अधिकच वाढली.

दुसऱ्या दिवशी मी जेव्हा आमच्या कुरणावरील घरी गेलो तेव्हा ल्यूटी मला जेवढी चैतन्याने रसरसलेली दिसली तेवढी ती पूर्वी कधीच तशी दिसली नसेल. तिचे डोळे चमकत होते. गालांवर आरक्त छटा चढली होती आणि तिच्या हालचालींत विलक्षण जिवंतपणा जाणवत होता. दुपारभर ती माझ्याशी एकसारखी बोलत होती. बडबडत होती, म्हटल्यास ते अधिक शोभेल. घटकेत ती थोरल्या बहिणीसारखी माझ्याशी आपुलकीने व जिव्हाळ्याने बाले, तर घटकेत बराबरीच्या मैत्रिणीसारखी ती अवखळपणे माझ्याशी थट्टामस्करी करी. एकीकडे ल्यूटीची अशी बडबड चालली असता दुसरीकडे मुले मला सतावीत होती. घटकेत ती माझ्या खुर्चीखाली लपत, घटकेत माझ्या खांद्यावर चढत, तर घटकेत ती माझे नवे

चांदीचे घड्याळ खेळायला म्हणून माझ्या खिशातून अलगद काढून घेत.

ल्यूटी एरवी आपल्या मुलांना कडक शिस्तीने व काहीशा तुटकपणाने वागवीत असे. मुलांशी फार मोकळेपणाने वागताना किंवा त्यांच्याशी खेळताना मी सहसा तिला कधी पाहिले नव्हते. पण त्या रात्री तिने ब्लॅक हॅटीला जवळ बोलावून म्हटले, "आज मुलांना मीच झोपवणार आहे." तिचे ते शब्द ऐकून नवल वाटले, कारण तिच्या एरवीच्या वागण्याशी हे सारे विसंगत होते.

आणि रात्री ती जेव्हा मुलांना शय्यागृहात घेऊन गेली तेव्हा खोलीच्या दारात उभा राहून मी ते दृश्य भुकेल्या नजरेने बघत राहिलो. दिव्याच्या मंद प्रकाशात ती मायलेकरे एकत्र हसताना-बोलताना भारी गोड दिसत होती. ल्यूटीने जिमीच्या रोडक्या पायांची थट्टा करण्यास सुरुवात केली. सारा बेथ कपडे बदलीत असता तिने तिच्याकडे अशा मिस्कील नजरेने पाहिले की, ती बिचारी लाजून चूर होऊन गेली. आणि जिमीच्या उघड्या अंगाकडे पाहून ल्यूटी म्हणाली, "किती गोरा गोरा अन् नाजूक दिसतो हा! हा खरोखरी मुलगी व्हायला हवा होता, मुलगा कसा झाला कोण जाणे!"

एकीकडे मुलांची अशी थट्टामस्करी करीत असता दुसरीकडे ल्यूटीने त्यांच्या अंगावरचा नेहमीचा पाशाख काढून रात्रीचा झोपण्याचा पोशाख त्यांच्या अंगावर चढवला आणि त्यांची रोजची प्रार्थना त्यांच्याकडून म्हणवून घेतली. पण मुलांना बिछान्यावर झोपवल्यानंतर ती जेव्हा बाहेरच्या दिवाणखान्यात आली तेव्हा इतका वेळ तिच्या मुद्रेवर दिसणारी प्रसन्नता एकदम मावळून गेली व ती गंभीर आणि खिन्न दिसू लागली. तिचे अंगसुद्धा शहारत आहे असे मला वाटले. मी सारा बदल बारकाईने न्याहळत होतो. इतक्यात चिडलेल्या वाघिणीसारखी ती एकदम खवळून मला म्हणाली,

"इतका काय टक लावून माझ्याकडे बघतो आहेस, हॉल?मी म्हातारी दिसायला लागले आहे का? की मी कुरूप दिसते आहे? काय एवढा बघतो आहेस निरखून, सांग ना?"

मी चमकलो, आणि हसून तिला म्हणालो, "छे, छे! तसं काही

नाही. तुझ्यात काडीमात्र देखील फरक पडलेला नाही. मला तर अगदी पहिल्या दिवशी सॉल्ट फोर्क स्टेशनवर तू जशी दिसली होतीस, तशीच हुबेहूब आतादेखील दिसते आहेस!''

मी खोटे बोलत होतो हे उघड होते. पण ल्यूटीचे तेवढ्यानेही समाधान झाल्यासारखे दिसले आणि ती पुन्हा नेहमीसारखी मोकळेपणाने माझ्याशी बोलू लागली. तिचे चमकदार व्यक्तिमत्त्व पुन्हा नेहमीच्याच तेजाने तळपू लागले; पण त्या रात्री तिला मुळीच झोप आली नसावी. कारण झोपण्याच्या खोलीत तिची पावले रात्रभर वाजताना मी ऐकत होतो. दुसऱ्या दिवशी सकाळी सूर्य उगवला. सारे कुरण उन्हात उजळून निघाले. पण तरीही शय्यागृहात ल्यूटीची हालचाल अजूनही चाललेली माझ्या कानावर येत होती.

त्या दिवशी सकाळी न्याहरीच्या वेळी दुपारी जेवणाच्या वेळी ल्यूटीची अन् माझी जी काय ओझरती गाठ पडली असेल तेवढीच. बाकी दिवसभर ती मला भेटली नाही. त्या दिवशी दुपारी नेहमीप्रमाणे मी गुरेमोजणी चालली होती तिकडे जाणार होतो. पण ल्यूटीच्या डोळ्यांत त्या दिवशी असा काही विचित्र गूढ भाव मला दिसला की, घराबाहेर जाण्याचा विचार मी मनातून पार काढून टाकला. साऱ्या दुपारभर आपल्या खोलीत तिची काहीतरी हालचाल चालू होती.

संध्याकाळी सहा वाजण्याच्या सुमाराला मी दिवाणखान्यातल्या कोचावर लोळत पडलो होतो. माझे डोळे वरच्या 'पाइन' लाकडाच्या छतावर खिळलेले होते. इतक्यात ल्यूटीच्या अंगावरच्या वस्त्रांची सळसळ माझ्या कानी पडली. मी चमकून माझी नजर खाली वळवली तेव्हा ती दिवाणखान्यात माझ्या जवळ येऊन उभी राहिली आहे असे मला दिसून आले.

"हॉल, तू आता काही लहान मुलगा राहिलेला नाहीस.'' ती गंभीर स्वरात मला म्हणाली, "तुझं वय वाढलं आहे. सेन्ट लुई, कॅन्सास अशा शहरांत तू राहून आला आहेस. तू जग पाहिलं आहेस आणि वाढत्या वयाबरोबर तुझा अनुभवही वाढला आहे. म्हणूनच मी आता तुला जे काही सांगणार आहे, ते तू निदान

समजावून घेऊ शकशील असं मला वाटतं. हॉल, मी इथून निघून जाणार आहे!''

मी तिच्या मुद्रेकडे टक लावून बघत राहिलो. तिचे डोळे एका गूढ अगम्य भावाने असे काही तळपत होते की, त्याकडे नजर लावणे मला अशक्य झाले. ल्यूटी क्षणभर थांबली आणि मग मोठा श्वास घेऊन ती पुन्हा बोलू लागली-

''मी घरातून पळून जाणार आहे असं कदाचित तू म्हणशील. लोकही उद्या माझ्याबद्दल तेच बोलतील. अन् ते काही खोटंही नाही म्हणा. मी पळूनच जाणार आहे. तुझ्या काकांना कायमची सोडून जाणार आहे. उद्या सकाळी मी येथून जाणार आहे. अन् पुन्हा कधीही परत न येण्यासाठी जाणार आहे!''

मी थक्क होऊन कोचावर बसून राहिलो. बायका आपला घरसंसार, आपला नवरा सोडून निघून जातात हे मी ऐकलेले होते. पण ल्यूटीसारखी स्त्री माझ्या काकासारख्या पुरुषाचा त्याग करून, कुरणावरील या सुंदर व समृद्ध घराचा त्याग करून, साऱ्या वैभवावर अन् प्रतिष्ठेवर पाणी सोडून जाईल, ही गोष्ट मला कधी स्वप्नातही खरी वाटली नसती. मला एकदम काकाची आठवण झाली. तो अजूनही कुरणावर गुरेमोजणीच्या कामातच गढलेला होता. दरवर्षी वसंत ऋतूच्या सुरुवातीपासून ते उन्हाळ्यापर्यंत आमच्या कुरणावर गुरेमोजणीचा हा कार्यक्रम चाले. काका तिकडे गुंतलेला असल्यामुळे, त्याला न कळवता, त्याच्या अपरोक्ष ल्यूटी घर सोडून जाणार आहे की काय, अशी शंका माझ्या मनात आली. माझ्या चेहेऱ्यावरून ल्यूटीने माझ्या मनातले भाव तत्काळ ओळखले. कारण ती लगेच मला म्हणाली,

''हॉल, तुझ्या काकांना न कळवता त्यांच्या पाठीमागे मी पळून जाणार आहे अशी जर तुझी कल्पना असेल, तर ती चूक आहे. मी त्यांना याबाबत एक महिन्यापूर्वीच सांगून टाकलं आहे. ज्या वेळी वसाहतवाल्यांच्या गाड्या सॉल्ट फोर्क गावी पहिल्यांदा आल्या त्या वेळीच मी त्यांना सांगितलं की, हे आता फार दिवस सहन करणं मला शक्य नाही. बाहेरच्या लोकांनी वसाहत करण्याठी इथं यावं, इथल्या लोकांनी त्यांना हुसकावून लावावं, कदाचित त्यांचा प्राणही

घ्यावा... नाही, हे मला आता नाही बघवत! गेल्या वर्षी लुइझियाना परगण्यातून आलेल्या त्या गरीब बिचाऱ्या निर्वासिताचा नाही का असाच प्राण घेतला गेला? तुमच्या दृष्टीनं तो माणूस अगदी क्षुद्र, तुच्छ, उपेक्षणीय असेल; पण त्यालाही बायको होती, सहा-सात मुलं होती. छे छे! मी ठरवलं ते अगदी पक्कं झालंय आता. मी इथून जाणार. इथले सारे पाश, सारे लागेबांधे तोडून जाणार.''

''पण जिमी? ब्रॉक? सारा बेथ?'' मी घुटमळत विचारले, ''त्यांचं... या मुलांचं काय?''

ल्यूटीचा चेहरा पांढरा फटफटीत पडला. पण दुसऱ्या क्षणी लगेच तिची मुद्रा कठोर झाली आणि निश्चयी स्वराने ती म्हणाली, ''तुझ्या काकाबरोबर या विषयावर पुष्कळ बालणं झालयं माझं हॉल. हजारदा तरी ही चर्चा झाली असेल. पण तुला आपल्या काकांचा स्वभाव ठाऊकच आहे. त्यांना वाटलं की, मुलांना इथं ठेवून घेतलं म्हणजे त्यांच्या योगानं मलाही अडकवून ठेवू शकतील ते. पण कोणतीही गोष्ट मला आता इथे बांधून ठेवू शकणार नाही. माझ्या वकिलानं मला सांगितलंय की, मला मुलांना बरोबर नेता यायचं नाही. पण तिकडे गेल्यावर मी माझ्या मुलांसाठी भांडल्याशिवाय थोडीच राहणार आहे? मी एकदा चांगली स्थायिक झाले म्हणजे कोणताही न्यायाधीश... हो! अगदी मेक्सिकन न्यायाधीशसुद्धा आईची व मुलांची कायमची ताटातूट करू शकणार नाही!''

ती स्थायिक होण्याच्या गोष्टी जेव्हा बोलू लागली तेव्हा एका अनामिक शंकेने माझ्या हृदयाचा थरकाप झाला. थंड, कठोर स्वरात मी तिला विचारले, ''तू... तू कुणाबरोबर जायचं ठरवलं आहेस?''

माझ्या त्या शब्दासरशी ल्यूटीच्या चेहऱ्यावर एकदम रक्त उसळले आणि तांबूस टवटवीत झालेले तिचे गाल एखाद्या रसरशीत फुलाच्या उमलत्या पाकळ्यांप्रमाणे दिसू लागले. ती म्हणाली,

''हॉल, तूही आपल्या काकाचा पुतण्या चांगला शोभतोस बघ! कारण जो प्रश्न त्यांनी मला विचारला, तोच तूही मला विचारतो आहेस. पण मी त्यांना जसं काहीच सांगितलं नाही तसंच तुलाही मी काही सांगणार नाही. थांब, ते आता येताहेत पहा. तू इथंच थांब

हॉल!'' काकाची चाहूल लागताच ती म्हणाली, ''तू असलास म्हणजे आम्हा दोघांना बोलायला सोपं जाईल. तू थांब. अन् इतका धास्तावू नकोस माझ्यासाठी!'' बोलता बोलता तिच्या मुद्रेवर एक चमत्कारिक निर्धार प्रकट झाला. क्षणभर थांबून ती पुढे बोलू लागली, ''मी काही मरत नाही किंवा मला कोणी शवपेटिकेतही बंद करीत नाही. जिथं जीवन आहे, जिथं चैतन्य आहे तिथं मी चालले आहे हॉल! जिथे नृत्यगृहे आहेत, जिथे थिएटर्स आहेत, जिथं दुतर्फा उभ्या असलेल्या झाडांना सावल्यांनी आच्छादलेले सुंदर रस्ते आहेत, जिथं अद्ययावत थाटाची दुकानं आहेत, आणि जिथे लोक गाडीत बसून सायंकाळच्या वेळी बगिच्यात सहल करीत आहेत, तिथं जायला निघाले आहे मी!''

मला आता घोड्यांच्या टापा ऐकू येऊ लागल्या होत्या. मी खिडकीकडे दृष्टिक्षेप केला तेव्हा घोड्यावर स्वार झालेला काका घराकडे येत आहे, असे मला दिसले. तो नेहमीप्रमाणेच घोड्यावर अगदी ताठ बसला होता आणि नेहमीप्रमाणेच त्याने आपल्या उजव्या हाताचा अंगठा पिस्तुलाच्या चापावर ठेवला होता. सैन्यात असल्यापासून ती पद्धत त्याच्या अंगवळणी पडली होती.

थोड्याच वेळाने बाहेरच्या व्हरांड्यात त्याचे बूट वाजले व तो दिवाणखान्यात आला. तो अत्यंत खवळला असेल अशी माझी कल्पना होती व म्हणून मनातून मी अगदी भिऊन गेलो होतो. पण त्याचा चेहरा मला इतका शांत दिसला की, तसे मी त्याला पूर्वी क्वचितच कधी पाहिले असेल.

काका आत येताच ल्यूटीने नेहमीप्रमाणे आपले मुख वरती उचलले. काकाने तिच्या गालाला ओठ लावून तिचे चुंबन घेतले. त्यानंतर ल्यूटी नेहमीसारखीच काकाशी उत्साहाने बोलत राहिली. मी कॉलेजमधल्या ज्या गंमती तिला सांगितल्या होत्या त्या तिने काकाला खुलवून, रंगवून सांगितल्या. नंतर काकाने माझ्याशी हस्तांदोलन केले आणि त्याने पत्रातून मला सूचना दिल्याप्रमाणे निकोलस मास्टर्सची मी भेट घेतली होती किंवा नाही याबद्दल त्याने चौकशी केली. हे सारे अगदी संथपणे चालले होते. त्यात कसलीही घाई, गडबड, गोंधळ नव्हता. काही विलक्षण घटना घडली किंवा

घडू घातली आहे, याचे ओझरते देखील चिन्ह कोठे दिसत नव्हते. अगदी बारकाईने पाहू गेले तरच वातावरणात ताण सूक्ष्मपणे जाणवत होता व त्यावरूनच ल्यूटीने मला जे सांगितले होते त्याची सत्यता पटत होती.

थोड्याच वेळाने नोकराने जेवणाची वर्दी आणली आणि आम्ही जेवणघरात गेलो. त्या सायंकाळी मला ते प्रशस्त जेवणघर, ती चांदीची सुंदर भोजनपात्रे, ते सग्रास अन्न सारेच नकोसे वाटत होते. माझ्या घशाखाली काही केल्या घास उतरत नव्हता. काका मुकाट्याने जेवत होता. एकटी ल्यूटीच काय ती एकसारखी बडबडत होती. पण तिचा तो उल्लास ओढूनताणून आणलेला असल्यामुळे अगदी केविलवाणा दिसत होता. आणि जेवताना खिडकीकडे बघण्याचे ती मुद्दाम टाळत होती. कारण मुलांचे जेवण नेहमीप्रमाणेच लवकर उरकून घेण्यात आले होते व आता ती तिघेजण अंगणात खेळत होती. खिडकीतून ती आम्हाला दिसत होती. तिन्ही मुले 'ओल्ड चेरी' नावाची आमची एक ठेंगणी, लहानखुरी घोडी होती तिच्यावर बसली होती. जिमी सर्वांच्या पुढे बसला होता. सहा-सात वर्षे वयाची सारा बेथ त्याच्या मागे बसली होती आणि ब्रॉक सर्वांच्या मागे बसला होता. घोडीचा लगाम तिघांनी मिळून आपल्या हातात धरला होता. घोडीचे डोळे फडक्याने बांधून टाकले होते व ती मुकाट्याने शांत उभी राहिली होती. ब्लॅक हॅटी तेथेच होती. थोड्या वेळाने जिमीने मोठ्याने ओरडून लगामाला एक हिसका दिला आणि घोडीच्या डोळ्यांवरचे फडके ओढून काढले. त्याबरोबर ती धावत सुटली. मुले आनंदाने हसू लागली. किंचाळू लागली आणि नंतर ती जेव्हा एकामागून एक खालच्या मऊ गवतावर कलंडली तेव्हा तर त्यांच्या आनंदाला नि खिदळण्याला सीमाच राहिली नाही.

ल्यूटीला जसे मुलांकडे बघवत नव्हते, तसाच मीही त्यांच्याकडे दृष्टिक्षेप करू शकत नव्हतो. जेवता जेवता मी माझ्या मनाशी असे ठरवले होते की, जेवण झाल्याबरोबर जे घराबाहेर पडावयाचे ते लवकर घरी परत यायचेच नाही. म्हणजे पुढे घडणाऱ्या गोष्टी आपण डोळ्यांनी बघायला नकोत की कानांनी ऐकायला नकोत! पण माझा तो विचार तडीस जाऊ शकला नाही. कारण जेवणे

उरकत आली तशी ल्यूटी माझ्याकडे वळली आणि एक गूढ कटाक्ष टाकून ती मला म्हणाली, "हॉल, आता रात्री झोपेच्या वेळेपर्यंत तुझी-माझी भेट होईल न होईल म्हणून आत्ताच तुला सांगून ठेवते. उद्या सकाळी गाडीतून सॉल्ट फोर्कपर्यंत मला नेऊन पोहोचवण्याचं काम मी तुझ्यावर सोपवते. करशील ना तेवढं?''

काका अद्याप टेबलाशी आपल्या खुर्चीवरून बसून राहिला होता. ल्यूटीचे जेवण होऊन ती उठल्याशिवाय आपण उठावयाचे नाही ही त्याची नेहमीची वहिवाट होती व त्याप्रमाणे आजही तो खुर्चीवरच बसलेला होता. पण ल्यूटीचे हे शब्द कानी पडताच एखाद्या रानटी, अद्याप न माणसाळवलेल्या घोड्याप्रमाणे त्याने आपले मस्तक एकदम आवेशाने वर उचलले. त्याचे काळेभोर डोळे तीव्र इच्छाशक्तीमुळे धगधगल्यासारखे दिसू लागले आणि तो ल्यूटीला म्हणाला,

"हॉल तुझं सामान पुढे नेईन आणि मी स्वतःच गाडीच्या वेळेला तुला स्टेशनवर नेऊन पोहोचवीन म्हणतो.''

त्याचे हे शब्द ऐकून ल्यूटीला पुढे काहीच बोलता आले नाही. 'ठीक आहे.'' एवढेच ती अगदी गरिबीने बोलली. पण ती जेव्हा खुर्चीवरून उठली तेव्हा तिची चेहरा पांढरा फटफटीत पडलेला मला दिसला व त्यावरून तिच्या मनःस्थितीची मला ओझरती कल्पना आली. त्यानंतर काही वेळाने मी जेव्हा बाहेरच्या व्हांराड्यात हिंडत होतो तेव्हाही मला पुन्हा एकवार तिचे दर्शन झाले. दिवाणखान्यालगतच्या झोपण्याच्या खोलीत ती भिंतीला टेकून लाकडी पुतळ्यासारखी ताठ उभी राहिली होती. तिचा चेहरा अजूनही राखेने सावरल्यासारखा पांढराफटक दिसत होता. ती ज्या भिंतीशी उभी राहिली होती त्या भिंतीवर एक खोगीर मुलांचे हात पुरणार नाहीत एवढ्या उंचीवर अडकविलेले होते आणि घामाने काळपट पडलेल्या त्याच्या कातडी जाड पट्ट्यामध्ये हस्तिदंती मुठीची दोन पिस्तुले लटकावून ठेविलेली होती!

●

५

त्या रात्री बिछान्यावर मी कितीतरी वेळ झोपेशिवाय तसाच तळमळत पडलो होतो. मधूनमधून एखाद्या वासराचे हंबरणे माझ्या कानी येई. एरवी सारे शांत होते. बऱ्याच वेळाने मला झोप लागली. पण ती झोपदेखील निर्वेध नव्हती. मला त्या झोपेत स्वप्न पडले. त्या स्वप्नात मला असे वाटले की, कुरणावरच्या आमच्या घरातला अत्यंत सुंदर व अत्यंत मूल्यवान असा भाग नष्ट झाला होता आणि गाभा जाऊन टरफल राहावे त्याप्रमाणे घराच्या तपकिरी रंगाच्या भिंतीचे पोकळ टोपण तेवढे मागे उरले होते. माझ्या त्या स्वप्नात मला असेही दिसले की, घराभोवती एकसारखी वाळू उडत होती. कोल्ह्यांच्या पावलाच्या व सरड्यांच्या सरपटण्याच्या ज्या खुणा घराभोवती उमटलेल्या होत्या त्या वाळूमध्ये भराभर बुजत होत्या. पिवळ्या फुलांच्या झुडपांतून वारे वाहत होते व त्या वाऱ्याबरोबर वाहत येणारा वाळूचा थर बर्फाचा थर साठावा तसा जमिनीवर साचत होता. बघता बघता सारी जमीन आच्छादून गेली आणि स्तनापासून तोडले गेलेले मूल आईचा स्तन जसा चाचपू लागते, तशी वाळूने भरून झपाटल्यासारखी ती जमीन कुरणाचा समृद्धीने व संपन्नतेने भरलेला स्तन शोधत आहे, असे मला वाटले.

अद्याप रात्र संपावयाला बराच अवकाश होता; तोच मी लगबगीने उठलो. तोंड धुवून काळोखातच मी माझे कपडे अंगावर चढवले. सर्वांबरोबर न्याहरी करण्याचे संकट नको म्हणून स्वयंपाकघरातच न्याहरी करून मी कॉफी प्यायलो. अद्याप आकाशात चांदण्या चमकत होत्या. तेवढ्यात बाहेर जाऊन गाडीला घोडे जुंपण्याच्या कामी मी थोडी मदत केली व पुन्हा घरात आलो. मी आत आलो तेव्हा बाहेरच्या दिवाणखान्यात अंधार होता; पण दिवाणखान्यालगतची झोपण्याची खोली मात्र मेणबत्त्यांच्या मंद पिवळसर प्रकाशाने उजळली होती. खोलीच्या त्या प्रकाशित अंतर्भागाकडे मी दारातून नजर टाकली तेव्हा दाराच्या नक्षीदार चौकटीत बसवलेले एक सुंदर चित्रच आपण पाहत आहोत की काय असे मला वाटले. ल्यूटीने अंगावर प्रवासी सूट चढवला होता. डोक्यावर टोपी घातली होती,

आणि हातात हातमोजे चढवले होते. अंगावर अद्याप झोपण्याचाच पोशाख असलेली नि डोळे झोपेने पेंगुळलेली तीन छोटी मुले तिच्याभोवती कोंडाळे करून बसली होती. ल्यूटी नेहमीसारखीच त्यांच्याशी गोड गोड बोलत होती. मधूनमधून त्यांची थट्टा करीत होती आणि आपण गावाला गेल्यावर इकडे जे अत्यंत शहाणपणाने वागल्याचे ब्लॅक हॅटी आपणास परत आल्यावर सांगेल त्याला आपण सुरेखसे बक्षीस देऊ असे आश्वासनही ती त्यांना देत होती.

म्हाताऱ्या जेफने ल्यूटीची ट्रंक गाडी नेऊन ठेवण्यास मला मदत केली आणि मग थोड्याच वेळाने स्वतः ल्यूटी घराबाहेर आली. बाहेरच्या निळ्याकाळ्या अंधूक वातावरणात तिची सडपातळ, चपळ आकृती उठून दिसत होती. तेथून तिने पुन्हा एकवार मुलांचा निरोप घेतला आणि मग काकाने स्वतः हात देऊन तिला स्टेशनवर जाणाऱ्या मोठ्या गाडीत चढवले. नंतर तो स्वतःही तिच्या शेजारी बसला. घोडे स्टेशनची वाट चालू लागले. पण त्यातूनही एखाद्या घंटेच्या मंजुळ स्वराप्रमाणे ल्यूटीचे निरोप घेतनाचे शब्द आमच्या कानी पडले.

म्हातारा जेफ माझ्या गाडीशेजारी उभा होता. तो काही बोलला नाही. पण टापांचा व चाकांचा आवाज दूर अंतरावर जाऊन ऐकू येईनासा होईपर्यंत आपल्या 'पाइप'चे जोरजोराने झुरके घेत तो तेथेच थांबला होता. गाडीचा आवाज विरून गेल्यानंतर जेफ अबोलपणे घराकडे वळला. मी माझ्या गाडीत चढून बसलो आणि लवकरच माझ्या गाडीचे घोडेही पूर्वी पुढे गेलल्या घोड्यांमागोमाग त्याच रस्त्याने धावू लागले.

अमेरिकेच्या नैर्ऋत्येकडील आमच्या या भागात नव्याने प्रथमच येणाऱ्यास आमच्याकडेच सर्व ऋतुमान सारखेच वाटते. कारण आमच्याकडे आभाळ सदोदित निळेशार असते, ऊन एकसारखे लखलखते आणि अफाट पसरलेल्या माळावरून गरम वाऱ्याच्या झळा सतत उठत असतात. पण त्या नवख्या माणसाने एखादे वर्ष इथे काढले म्हणजे मग त्याला येथल्या हवेत आणि वातावरणात होणारे 'स्क्ष्म' फरक जाणवू लागतात. एखादे दिवशी आकाश अगदी लख्ख असते. ढगाचे वा पावसाचे नावही नसते, पण तरीही

रात्रीतून हवेत असा काही फेरफार घडून येतो की, दुसरा दिवस आदल्या दिवसापेक्षा कितीतरी अधिक प्रसन्न उजाडतो आणि पावसाने धुतल्यासारखे जिकडेतिकडे ताजे, टवटवीत होऊन जाते.

ती सकाळ अशीच ताजी अन् टवटवीत होती. माझी गाडी सॉल्ट फोर्कच्या दिशेने वेगाने धावत होती. आकाशात शुक्राची चांदणी ऐन तेजाने तळपत होती. रात्रीच्या आणि पहाटेच्या मधल्या त्या संधिकाळाच्या वातावरणात अतिसुंदर हिरवट-निळसर छटा पसरली होती. थोड्या वेळाने त्या छटेतून मृदू जांभळा प्रकाश सर्वत्र पाझरू लागला. थंड पहाटवारा वाहू लागला. मद्यापेक्षाही अधिक उत्तेजक अशा त्या शीतल झुळका मी जणू घोटाघोटाने पीत होतो. माझ्या गाडीचे घोडेही त्या वाऱ्याने उत्तेजित होऊन वेगाने दौडत होते. इतकेच काय रस्त्याच्या दुतर्फा पसरलेल्या मैदानावर चरणारी गुरेदेखील आपली नाके वर करून तो वारा श्वासात भरून विलक्षण वेगाने धावताना मला दिसली. कितीतरी वेळ तो थवा वाऱ्यासारखा भराभर चालत होता. पण जरा वेळाने तो दचकून मागे वळला. समुद्रातील खडकावर एखादी लाट फुटावी तशी हजारो पांढऱ्याशुभ्र शेपट्यांची टोके हवेत उभारलेली मला दिसली. दुसऱ्याच क्षणी तो कळप तेथून अदृश्य झाला.

त्या मैदानावरून माझी गाडी जात असता कित्येक ठिकाणी फुलांनी बहरलेली झुडपे दुतर्फा रस्त्याच्या कडेला इतकी जवळ होती की, हात पुढे करावयाचाच अवकाश, ते सुंगधी तुरे मला खुडून घेता आले असते. पण मला मात्र त्या फुलांचा दरवळ अजिबात जाणवत नव्हता. कारण समोरच्या बंद ट्रंकेतून ल्यूटीच्या कपड्यांवरील 'लव्हेण्डर'चा येणारा सुगंधच माझ्या नाकात भरून राहिला होता. काही वेळ मी असा प्रवास केला आणि मग दूर अंतरावर धुराची एक काळसर रेषा हवेत वर चढताना मला दिसली आणि स्टेशन जवळ आल्याचे मी ओळखले.

सॉल्ट फोर्क गावाभोवती असलेल्या वाळूच्या टेकड्यांजवळ मी जेव्हा येऊन पोहोचलो तेव्हा सूर्य बराच वर आला होता. माझ्या उघड्या मानेला त्यांचे चटके बसत होते. खालच्या दरीतून वाहणाऱ्या नदीच्या दोन्ही काठांवर सावरीची झाडे दरडीच्या छायेत निमूटपणे

उभी होती. माझे घोडे एव्हाना खूप थकले होते. गावाकडे जाणाऱ्या रस्त्यावरील धुळीतून पावले फरफटावीत ते आता मंदगतीने चालले होते. मी स्टेशनवर येऊन पोहोचलो. स्टेशन एजंटाने ल्यूटीची ट्रंक उतरवून घेतली व निवाऱ्याला ठेवून दिली.

स्टेशनवरचे सारे वातावरण नेहमीसारखेच होते. ते पाहून मला खूपच हायसे वाटले. वेटिंगरूमच्या दारातून प्रवासी लोकांचे घोळके नेहमीप्रमाणेच दिसत होते. लाकडी फळ्यांनी बनवलेल्या फलाटावर गावातल्या मवाली लोकांची वर्दळ नेहमीसारखीच चालू होती आणि ल्यूटी उभी होती तेथे तिच्या मैत्रिणींचा घोळका नेहमीप्रमाणेच तिला निरोप देण्यासाठी हजर होता. त्या सगळ्या जणी हसत होत्या. गप्पा मारत होत्या. थट्टामस्कारी करीत होत्या. सेन्ट लुईचा प्रवास ल्यूटीला आनंददायक व्हावा, अशी इच्छा व्यक्त करीत होत्या आणि ती परत आल्यानंतर काय काय गमती करावयाच्या याचे बेत आखत होत्या. दूर अंतरावर, बोटीत चढवण्यासाठी एकत्र बांधून ठेवलेल्या कोकरांचा बेंऽबें असा आवाज उठत होता तो मला ऐकावयाला येत होता. जवळच एका मोटारीतून पिठाची पोती उतरवून ती वॅगनमध्ये भरली जात होती. त्यांची पांढरी धूळ हवेत उधळत होती.

एकंदरीत सारे काही अगदी नेहमीसारखेच दिसत होते. पण मग माझ्यापासून काही अंतरावर हेन्री मॅक्कर्टिन आणि आर्चिमीड हे दोघे जवळ उभे राहून आपापसांत हलक्या व गंभीर स्वरात काही तरी कुजबुजताना मी पाहिले आणि सर्व काही दिसते आहे तसे नाही, वातावरणात काही वेगळे वारे वाहत आहे, याची मला जाणीव झाली. मी पुन्हा आजूबाजूला पाहिले तेव्हा भोवताली उभे असलेले मवाली लोक कुतूहलाने आमच्याकडे बघत आहेत, इतकेच नव्हे तर वेटिंगरूमच्या दाराशी उभ्या असलेल्या प्रवाशांचीही आपपासांत हळूहळू काही तरी चर्चा चालली आहे, असे मला दिसून आले.

आणि मग एकाएकी माझ्या डोक्यात प्रकाश पडला. आमच्याभोवती जमलेली व चेहऱ्यांवर निश्चिंतता दाखवणारी आमची मित्रमंडळी एक नाटक करीत आहेत हे माझ्या ध्यानी आले. ल्यूटी सेन्ट लुईला जात नाही हे माझ्याइतकेच त्यांनाही

स्पष्टपणे ठाऊक होते. मग मीही त्या नाटकातला आपला भाग वठवण्याचे ठरवले आणि आपल्याला काहीच ठाऊक नाही अशा थाटात पुढे गेलो. ल्यूटीही आपल्या परीने आनंदाचा अभिनय उत्तम करीत होता. पण तिच्या कंठावरची एक शीर ताडताड उडत होती आणि काकाकडे मी नजर टाकली तो त्याच्याही दोन्ही बळकट हातांवरच्या शिरा निळ्या विजेच्या रेषांसारख्या किंवा चाबकाच्या वादीसारख्या वर उठून दिसत आहेत असे माझ्या लक्षात आले.

आता मला तेथून परत फिरावेसे वाटले असते तरी मी फिरू शकलो नसतो. काकाच्या कोटाचा फुगलेला खिसा मला स्पष्ट दिसत होता आणि काळसर धुरानं साकळलेल्या वणव्यासारखी आगही मला चांगलीच दिसत होती. आमच्या भोवतालचे गुंड अन्मवाली लोक आशेने जिभल्या चाटत एका विशिष्ट दिशेकडे बघू लागले होते. त्यांच्या नजरांच्या अनुरोधाने मी माझी दृष्टी वळवली तेव्हा दूर अंतरावर ब्राइस चेम्बरलेनची उंची आकृती मला सहज ओळखता आली. तो एक्स्चेंज हाउसच्या दारातून नुकताच बाहेर पडला होता. त्याने आपल्या अंगात तपकिरी रंगाचा नवा सूट घातला होता. तो एक्स्चेंज हाउसच्या पायऱ्यांवर उभा होता. त्याच्या मागे एक मेक्सिकनही उभा होता. थोड्याच वेळाने ते दोघे पायऱ्या उतरून रस्त्याने चालू लागले. बघता बघता त्या दोन्ही आकृती वाटेत उभ्या असलेल्या एका निर्वासितांच्या तंबूआड क्षणभर अदृश्य झाल्या. आता पुढे काय होते हे मी उत्कंठतेने श्वास रोखून पाहू लागलो...

●

कर्नल

६

ज्यांचा मला आयुष्यात कधीही विसर पडणार नाही, असा माझा भरवसा होता अशा कितीतरी गोष्टी आज विस्मृतीच्या धुक्यात लोपून गेल्या आहेत. पण सॉल्ट फोर्क गावी जवळजवळ पन्नास वर्षांपूर्वी, वाळूच्या टेकड्यांच्या छायेत त्या विशिष्ट दिवशी घडलेली ती घटना आजही माझ्या स्मृतींत जिवंत आहे. हे चित्र अजूनही डोळ्यांपुढे हलते आहे. प्रयत्न करूनही ते मला पुसून टाकता येत नाही.

ते छोटेसे स्टेशन आणि त्याच्या शेजारची ती पाण्याची लाकडी टाकी मला डोळ्यांपुढे स्पष्टपणे दिसत आहे. रिओ गॅण्ड नदीच्या काठाने येऊन पुढे पूर्वेकडे जाणाऱ्या गाडीची ती शीळही जणू आता या क्षणी माझ्या कानी पडत आहे. तीच गाडी ल्यूटीला आमच्यापासून कायमची दूर घेऊन जाणार होती. काका जवळच उभा होता. ज्या माणसाचे नाव ल्यूटीने प्रत्यक्ष घ्यावयाचे नाकारले होते पण ज्याला आम्ही मनातून चांगले ओळखून होतो तो माणूस- ब्राइस चेम्बरलेन- या वेळी आमच्यापासून फक्त काही अंतरावर होता. काकाने या वेळपावतो आपला क्रोध मोठ्या कष्टाने आटोक्यात ठेवला होता; पण आता या क्षणी त्याची सारी चीड उफाळून बाहेर पडण्याच्या बेतात होती.

आमच्या आजूबाजूची सर्व माणसे एका विशिष्ट अपेक्षेने, पुढे जे घडणार होते त्याविषयीच्या अनावर कुतूहलाने तेथेच थबकून राहिली होती. त्यांचे डोळे पुन:पुन्हा चेम्बरलेन येत होता त्या दिशेला, चौकाकडे वळत होते. वॅगनमध्ये पिठाची पोती भरणारांचे काम केव्हाच संपले होते; पण गाडी इतक्यात घेऊन जाण्याचा त्याचा विचार मुळीच नव्हता. 'किंगमन मर्कन्टाईल कंपनी'च्या स्टोअरभोवती जे लाकडी कुंपण होते, त्याच्या आडून कितीतरी डोकी आमच्याकडे कुतूहलाने बघत होती. आर्चिमीडने हेन्री मॅक्कर्टिनबरोबर चाललेले आपले संभाषण केव्हाच संपवले होते व त्याने तेथून काढता पाय घेतला होता. जणू आपल्या मित्रावर जो प्रसंग लवकरच ओढवणार होता, तो डोळ्यांनी बघणे त्याला शक्य नव्हते.

धुराचे लोट फेकीत अन् कर्कश शीळ घालीत हां-हां म्हणता गाडी स्टेशनात येऊन उभी राहिली. आमच्याभोवती जमलेल्या अनेक लोकांनी चौकाकडे वरचे वर वळणारी आपली नजर मोठ्या प्रयासाने थोपवून धरली होती. पण प्रत्येक जण अत्यंत ताणलेल्या अशा अपेक्षेने तेथे थबकला होता हे उघड होते. तपकिरी रंगाचा सूट परिधान केलली चेम्बरलेनची उंच सडसडीत आकृती स्टेशनवर केव्हा येऊन पोहोचते याचीच सर्व जण मनातून अत्यंत आतुरतेने प्रतीक्षा करीत होते!

त्या सर्व मंडळीत अगदी निश्चिंत जर कुणी दिसत असेल तर ती फक्त ल्यूटी. ती एक क्षणभरसुद्धा शांत किंवा स्थिर राहत नव्हती. तिची बडबड, थट्टामस्करी आणि हास्यपरिहास एकसारखा चालूच होता. क्षणाचीही उसंत न घेता ती आपल्या मैत्रिणींशी बोलत होती. त्यांचे निरोप घेत होती. मायरा नेदरवुडचा निरोप घेताना तिने तिला मिठी मारली. कोरा हॉल्डरनेसच्या गालांना चट्‌कन आपल्या ओठांनी स्पर्श केला. एकीकडे ती बोलत असता दुसरीकडे तिचे हातवारेही सारखे चालू होते. पिंजऱ्यातली पाखरे फडफडकावीत तसे तिच्या हातांचे पंजे सारखे हलत होते. आसपास जमलेल्यांपैकी काही जण गंभीर झाल्या होत्या. काही जणी उघडपणे हुंदके देऊन रडत होत्या. पण ल्यूटी जेव्हा माझा निरोप घेण्यासाठी

माझ्याकडे वळली तेव्हा मी मात्र एखाद्या दगडाच्या पुतळ्यासारखा स्थिर, निश्चल उभा राहिलो. जणू मला काही दिसत नव्हते. काही ऐकू येत नव्हते.

"हॉल, माझी ट्रंक तू इथवर घेऊस आलास याबद्दल मी तुझे आभार मानते, बरं का!" ल्यूटी उल्लसित स्वरात मला म्हणाली, पण जेव्हा तिने मला जवळ ओढून माझ्या गालांवर आपले ओठ ठेवले, आणि तिचा आवडता 'व्हायोलेट'चा सुगंध जेव्हा माझ्याभोवती दरवळला तेव्हा तिचा गळा एकदम भरून आला आणि माझ्या कानाशी ती हलकेच पुटपुटली, "हॉल, माझ्या बाळांना मी तिकडे माझ्याकडे बोलावून घेईपर्यंत माझ्याविषयी तू त्यांच्याजवळ चांगलंच बोलत जा हं. बोलशील ना?"

गाडी केव्हाच स्टेशनात येऊन उभी राहिली होती. तिचा काळा धूर इंजिनातून बाहेर पडून हवेत तरंगत वर जात होता. आपले घोळदार झगे सावरीत गाडीत चढणाऱ्या स्त्रिया ल्यूटीला आता उघड उघड कुतूहलाने न्याहाळू लागल्या होत्या. पण ब्राइस चेम्बरलेनचा मात्र अजूनही तेथे पत्ता नव्हता. काकाने स्वतः ल्यूटीचे सामान गाडीच्या डब्यात ठेवले. ल्यूटी गाडीत चढून खिडकीजवळच्या आपल्या जागेवर जाऊन बसली. काकाही गाडी सुटेपर्यंत तिच्या शेजारी बसून राहिला. ल्यूटी खिडकीतून बाहेर मान काढून हसत हसत आपल्या मैत्रिणींशी बोलत होती. तिच्या आवाजात इतकी सहजता, इतके माधुर्य व इतकी निश्चिंतता भरून राहिली होती की, जीवनातला एक अत्यंत धाडसी निर्णय या क्षणी ती घेत आहे, याची कोणाला ओझरती शंकादेखील आली नसती. एखाद्याला वाटावे, ही सहज दोन दिवसांसाठी कुठे तरी गावी जाऊन येणार आहे!

गाडी सुटण्याची वेळ झाला., काका गाडीतून खाली उतरेपर्यंत कंडक्टरने सिग्नल दिला नव्हता. काका खाली उतरताच त्यानं सिग्नल दिला. ल्यूटी गाडीत एकटीच बसून राहिली होती. आम्ही सर्व जण ज्याची वाट बघत होतो आणि जो लवकरच कोलोरॅडो येथे सरकारी वकिलाची जागा विभूषित करणार होता तो माणूस अद्यापही आला नव्हता. पण ल्यूटीचे मन यत्किंचितही विचलित

झाल्याचे दिसले नाही. ती खिडकीबाहेर हात काढून तो हलवीत सर्वांचा निरोप घेत होती. मुद्रेवर तीच प्रसन्नता, तेच कधीही न कोमेजणारे स्मित, डोळ्यांत तीच निर्भयी, साहसी चमक!

एक क्षणभर सारे स्टेशन निरोपाच्या शब्दांनी दुमदुमून गेले, आणि मग गाडी सुरू झाली. दुसऱ्याच क्षणी ल्यूटी दिसेनाशी झाली. प्लॅटफॉर्म एकाएकी विलक्षण रिकामा रिकामा, ओकाओका, भकास दिसू लागला. दूर अंतरावर झपाट्याने जाणाऱ्या गाडीकडे सर्व जण शांतपणे टक लावून बघता बघता गाडी खूपच दूर गेली. इतकी की, तिची फक्त मागची बाजू व आभाळात चढत राहणारी धुराची रेषा, एवढेच आम्हाला दिसत राहिले.

काका मात्र गाडीकडे बघत नव्हता. त्याने आपले मस्तक बाजूला वळवले होते. त्याचे काळेभोर डोळे अनामिक भावनेने तळपत होते. कुणाशीही न बोलता, संथपणे दमदारपणे पावले टाकीत त्याची धिप्पाड आकृती जेव्हा हॉटेलच्या दिशेने चालू लागली, तेव्हा त्याच्याशी काही बोलण्याचे स्टेशनच्या एकाही माणसाला धैर्य झाले नाही!

●

७

काका निघून गेल्यावर गर्दीतल्या इतर माणसांनीही हळूहळू तेथून काढता पाय घेतला. माझ्या ओळखीची काही माणसे हेन्री मॅक्कर्टिनभोवती गोळा झाली.

"ब्राइस चेम्बरलेन या वेळी आर्चिमीडच्या ऑफिसात त्याच्याशी बोलत बसला आहे म्हणतात..." त्यांच्यापैकी एकाने हळूच मॅक्कर्टिनला म्हटले. "चेम्बरलेन यानंतर काय करील असं तुम्हाला वाटतं? तो उद्याच्या गाडीनं गाव सोडेल काय?"

हेन्री मॅक्कर्टिनने आपले डोळे संथपणे त्या माणसाकडे वळवले आणि गंभीर स्वरात तो म्हणाला, "सभ्य गृहस्था, ब्राइस चेम्बरलेनचे जे काही बेत ठरले असतील ते तो आपल्याला खात्रीनं सांगायला येणार नाही. होय ना? मग आपण निष्कारण तर्कवितर्क करण्यात

काय अर्थ आहे?'' एवढे बोलून कुणाच्या प्रत्युत्तराची वाट न बघता तो तेथून निघून गेला.

हेन्री मॅक्‌कर्टिनप्रमाणे मलाही ब्राइस चेम्बरलेन पुढे काय करणार, याचा अंदाज बांधता येत नव्हता. ल्यूटी गाव सोडून गेल्यानंतर मी व काका लगेच कुरणावरील आमच्या घरी जाऊ असे मला वाटत होते, पण काकाचा तसा विचार नव्हता. आम्ही दुसऱ्या दिवशीही सॉल्ट फोर्क गावीच थांबलो. जॉन किंगमन आपल्या दुकनावर थोडीबहुत सावकारीही करीत असे. काकाने त्याच्याकडून रोख एक हजार डॉलर काढून आणले. त्या दिवशी पूर्वेकडे जाणारी दुसरी गाडी जेव्हा स्टेशनवर आली तेव्हा काका पुन्हा फळ्यांनी बांधलेल्या त्या प्लॅटफॉर्मवर जाऊन उभा राहिला होता. आदल्या दिवशीप्रमाणेच आजही भोवतालच्या दोनशे यार्डाच्या टापूपर्यंत माणसांचा घोळका जमा झाला होता. ती माणसे स्टेशनावर होती. भोवती पसरलेल्या गाड्यांजवळ उभी होती. कुणी खोगीर चढवलेल्या घोड्यांना टेकून उभी राहिली होती, तर कुणी वेगवेगळ्या दुकानांभोवतालच्या लाकडी कुंपणातून आपली डोकी बाहेर काढून बघत होती. त्या सर्वांच्या मुद्रेवर कालच्यासारखीच हावरी उत्सुकता होती. डोळ्यांत कुतूहल गोळा झाले होते. वरवर मात्र ती अगदी सहजपणे तेथे आल्याचा आविर्भाव करीत होती. त्या गर्दीत आमचे मित्र होते त्याप्रमाणेच शत्रूही होते. काकाने मात्र त्यातल्या कुणाकडेही ढुंकूनसुद्धा पाहिले नाही. तो अधीरतेने फ्लॅटफॉर्मवर फेऱ्या मारीत होता. त्याच्या कोटाचा एक खिसा नेहमीप्रमाणेच फुगलेला होता. त्याचे मस्तक नेहमीसारखेच अभिमानाने मागे झुकले होते आणि त्याचे काळेभोर डोळे निर्भयपणे भोवतालच्या परिसरावरून फिरत होते. मधूनच तो कपाळाला दोन आठ्या घाली व रस्त्यावर दूरपर्यंत न्याहाळून बघे.

हेन्री मॅक्‌कर्टिनकडून नंतर मला असे कळले की, काकाने ब्राइस चेम्बरलेन परगावी जायला निघाल्यास स्वतःही त्याच गाडीने त्याच्याबरोबर जावयाचा बेत ठरविला होता व नंतरही तो सतत त्याच्या पाळतीवर राहणार होता. पण चेम्बरलेन त्या दिवशी स्टेशनकडे फिरकलाच नाही. दुसऱ्या दिवशीही तो तेथे आला

नाही. इतकेच नव्हे तर तो किंवा त्याचे मेक्सिकन मदतनीस रस्त्याने जाताना-येतानाही कुणाला दिसत नाहीत. लोकांत बोलवा मात्र अशी होती की, चेम्बरलेन आपला नातेवाईक जॉन हॉल्डरनेस याच्याकडे तूर्त मुक्काम ठोकून राहिला होता व तेथून त्याने वॉशिंग्टनला तारामागून तारा धाडण्याचा सपाटा लावला होता!

ल्यूटीबद्दल माझ्या मनात विलक्षण प्रेम व सहानुभूती होती आणि म्हणूनच चेम्बरलेनच्या भ्याडपणाबद्दल मला शरम वाटली आणि दुःखही झाले. ती पुढे निघून गेली होती आणि हा एखाद्या कोल्ह्याने बिळात दडी देऊन बसावे त्याप्रमाणे सॉल्ट फोर्क गावी तोंड लपवून राहिला होता! वस्तुस्थिती सर्वांना माहीत असता असे भित्रेपणाचे वर्तन करणे चेम्बरलेनला खचित शोभले नव्हते! आर्चिमीडलाही या प्रकरणात गोवले गेल्याबद्दल भयंकर लाज वाटत असली पाहिजे. रस्त्याने जाताना-येताना तो चोरट्यासारखा भरभर चाले आणि बहुतेक सारा वेळ तो चेम्बरलेनच्या जुन्या ऑफिसातच तोंड लावून राही. काका मात्र आपल्या धीट, निर्भय चेहऱ्यावर तुच्छतेचे हसू खेळवीत सारे व्यवहार पार पाडीत होता.

असे तीन दिवस ओळीने गेले. चवथ्या दिवशी मात्र काकाने स्टेशनावर जायचा परिपाठ सोडून दिला; पण अजूनही तो कुणाशी बोलत नव्हता. आणखी काही दिवस लोटले आणि मग त्याने प्रथमच आपल्या मौनाचा भंग केला. त्या दिवशी सायंकाळी हॉटेलच्या जेवणाच्या दिवाणखान्यात आम्ही जेवत असता तो शांत व किंचित खिन्न स्वरात मला म्हणाला, "हॉल, तू उद्या सकाळी आपली गाडी घेऊन कुरणावर परत जा."

तो सारा आठवडा आम्ही दोघांनी 'एक्स्चेंज हाउस'मधल्या आमच्या नेहमीच्या खोलीतच काढला होता. ही खोली अजूनही काकाने स्वतःच्याच ताब्यात ठेवली होती व जेव्हा जेव्हा तो सॉल्ट फोर्क गावी येई तेव्हा तेव्हा तो सर्व आठवडा रोज रात्री मी माझ्या ठरावीक तांबड्या रंगाच्या सोफ्यावर झोपत असे. त्या रात्रीही जेवणे उरकल्यानंतर रोजच्याप्रमाणेच मी झोपण्यासाठी कोचावर जाऊन पडलो; पण मला काही केल्या झोप येईना. दिवस अद्याप पुरता मावळला नव्हता. अंधूक संधिप्रकाश दिशांत भरून राहिला होता.

वारा अजिबात पडला होता. त्यामुळे इतके उकडत होते की, माझ्या जिवाची एकसारखी उलघाल होत होती. मी अंगावरचे पांघरूण ओढून काढले आणि कुशीवर वळून शांतपणे पडून राहिलो. त्या अवस्थेत मला केव्हा झोप लागली न कळे.

झोपेचा पहिला भर ओसरला आणि मग अचानक जाग आली. प्रथम मला असे वाटले की, एखाद्या कुरणावर काम करणारे बरेचसे लोक गावात आले असावेत आणि नृत्यगृहात त्यांचा धुमाकूळ चालला असावा. पण मग माझ्या असे ध्यानात आले की, समोरच्या उघड्या खिडकीतून एरवी कधी न येणारी अशी एक प्रकाशाची तिरीप आत आली आहे! त्या उजेडाचे मला नवल वाटले. मी अंथरुणावरून उठलो आणि खिडकीशी जाऊन खाली वाकून पाहू लागलो. मला जे दृश्य दिसले त्याने मी चकित होऊन गेलो. गावातल्या चौकाभोवती निर्वासितांच्या तंबूंचा जो तळ पडला होता तेथून माणसांची एक लांबच्या लांब रांग रस्त्याने येत होती. त्यातले काही जण पायी चालत होते, काही जण घोड्यांवर स्वार झाले होते. कित्येकांच्या अंगात ठिगळे लावलेले शर्ट होते. कुणी विटके निळसर रंगाचे शर्ट घातले होते. कित्येकांच्या हातात लांबलचक रायफली होत्या. कुणी कुदळी, तर कुणी फावडी अशी हत्यारे खांद्यावर टाकली होती. बहुतेकांच्या हातात छोटी अमेरिकन निशाणे होती आणि दोघांतिघांनी आपल्या हातात पेटलेल्या मशाली धरल्या होत्या. त्यांचा लालपिवळा प्रकाश त्या लोकांच्या दाढी वाढलेल्या भकास चेहऱ्यावर विचित्रपणे चमकत होता. त्यांच्यामध्ये कॅन्सास परगण्यातले शेतकरी होते. अर्कान्सास परगण्यातले शिकारी होते. मिसुरी परगण्यातले शेतकरी होते. लुईझियाना परगण्यातले नावाडी होते. पूर्व टेक्सासमधले कापूस वेचणारे लोक आणि मिसिसिपी व ओहियो या नद्यांच्या काठच्या छोट्या छोट्या संस्थानांत ज्यांना पोट भरणे अशक्य होऊन बसले होते, असे कारागीर नि व्यापारी यांचाही भरणा त्या गर्दीत होता!

ती विचित्र मिरवणूक मी रस्त्याने जाताना पाहिली आणि अंगावर पोषाख चढवून नि पायात बूट घालून हॉटेलच्या जिन्यातून मी धावतच खाली आलो. हॉटेलच्या बाहेरच्या बाजूला लाल

रंगाचा एक तेलाचा दिवा लटकत होता. त्या दिव्याखालून मी रस्त्यावर जेव्हा येऊन ठेपलो तेव्हा तो रस्ता निर्मनुष्य झालेला मला दिसला. पण मिरवणुकीत सामील झालेले लोक हॉल्डरनेसच्या घरापुढे गोळा झाल्याचे माझ्या निदर्शीला आले. हॉल्डरसेनचे हे घर मोठे झोकदार होते. सिमेन्टने सांधलेल्या लाल विटांच्या भिंती, पिवळसर रंगाचे लाकूडकाम आणि छपरावरचा मनोरा यामुळे भोवतालच्या ठेंगण्या व मातीने बांधलेल्या घरांतून ते एकदम वेगळे उठून दिसे.

हॉल्डरसेनच्या घरापुढे तो जमाव जमलेला पाहून मी चट्कन एका तबेल्याच्या आडोशाला उभा राहिलो व आता पुढे काय होते ते उत्सुकनेने पाहू लागलो. इतक्यात त्या जमावातून हर्षाची एकच आरोळी उठली आणि ब्राइस चेम्बरलेनची मला चांगलीच परिचित असलेली ती उंच, सडसडीत आकृती हॉल्डरनेसच्या घरासमोरील पोर्चमध्ये उभी राहिलेली दिसली. आज त्याने आपले तोंड प्रथमच उघडपणे सर्वांना दाखवले होते. मशालींच्या उजेडात त्याच्या चेहऱ्याचा फिकटपणा मला दुरूनही जाणवला. पण त्याचा एरवीचा रुबाब आणि डौल मात्र अजूनही कायम होता. त्याचे पिंगट रंगाचे केस नेहमीसारखेच झोकाने कपाळावरून मागे वळवलेले होते व मुद्रेवर तेच निर्भय आव्हान दिसत होते. पोर्चभोवती असलेल्या नक्षीदार लोखंडी कठड्यावर दोन्ही कोपरे टेकून तो त्या जमावाला उद्देशून बोलू लागला. तो प्रथम काय म्हणाला ते मला कळलेच नाही. कारण तो अगदी हळू बोलत होता. पण पुढे त्याचा आवाज असा चढला की, तो रस्त्याने व्यवस्थित दूरवर ऐकू यावयास लागला. इतकेच नव्हे तर अगदी चौकापर्यंतही तो एकू जात असावा, असे मला त्या वेळी वाटले.

"माझ्या मित्रांनो", चेम्बरलेन म्हणत होता, "मी तुम्हाला एवढेच सांगू इच्छितो की, अमेरिकेचे अध्यक्ष हे माझे स्नेही आहेत आणि या मागासलेल्या प्रदेशात तुमच्यावर होत असलेला जुलूम व अन्याय ते कधीही सहन करणार नाहीत. या बाबतीत त्यांच्या वतीने मीच तुम्हाला अभिवचन देतो. अमेरिकेच्या अध्यक्षांनी मला तुमच्या प्रांताचा न्यायाधीश नेमला आहे ही गोष्ट जितकी खरी,

तितकेच हे माझे अभिवचनही सत्य आहे. त्याचप्रमाणे माझ्या या नेमणुकीला 'सीनेट' मान्यता देईल, याबद्दलही मला काडीमात्र शंका नाही.''

चेम्बरलेनचे बोलणे संपताच 'जज्ज चेम्बरलेन' ही घोषणा जमावातून उठली व तो सर्व रस्ता तिने दुमदुमून गेला. पण मी ती घोषणा धड ऐकलीही नाही. जे ऐकले होते त्यानेच मी सुन्न व मूक होऊन गेलो होतो. काही तरी अनपेक्षित व दुःखकारक घडते आहे एवढेच मला जाणवत होते. ल्यूटी एरवी इतकी हुशार, तिची बुद्धी सोन्याच्या पात्यासारखी तीक्ष्ण अन् धारदार होती. पण तिलादेखील या घटनेचा आधी अंदाज बांधता आला नव्हता!

पण आता, या क्षणी, चेम्बरलेनच्या तोंडून खरी वस्तुस्थिती कळताच मला सर्व गोष्टींचा क्षणार्धात उलगडा झाला. ब्राइस चेम्बरलेन हा जातिवंत वकील होता. ल्यूटीबरोबर जाणाऱ्या अनामिक पुरुषाबद्दल काकाच्या मनात जो क्रोध धुमसत होता व त्याने मनातून त्यावर जो डूक धरला होता त्यापासून चेम्बरलेनने मोठ्या चलाखीने स्वतःचा बचाव करून घेतला होता. इतकेच नव्हे, तर सॉट फोर्क गावातल्या लोकांची सहानुभूतीही यापुढे तो संपादन करणार होता. गावातले किती तरी लोक आता म्हणणार होते, ''नव्या जज्जाबद्दल आम्ही उगाच वावगी शंका घेत होतो. डेन्व्हरला जाणाऱ्या गाडीने ल्यूटी ब्रूटनकडे जाण्याचा त्याचा मुळातच कधी विचार नव्हता बरं का!''

पुन्हा हॉटेलकडे परतताना चेम्बरलेनबद्दलची माझ्या मनातली चीड प्रतिक्षणी वाढत होती आणि ल्यूटी आता यापुढे काय करील, हा प्रश्नही मला एकसारखा सतावीत होता. मी जेव्हा हॉटेलमधील आमच्या खोलीत शिरलो तेव्हा काका जागाच होता. त्याला पाहून मला अगदी गोंधळल्यासारखे होऊन गेले. काकाने अंगातला शर्ट काढून टाकला होता. त्याच्या छातीवरचे काळ्या कुरळ्या केसांचे जाळे दिव्याच्या उजेडात कसे विचित्रच दिसत होते. काका झोपावयाच्या तयारीत होता. प्रथम त्याने माझ्याकडे लक्षच दिले नाही. पण पायातले बूट काढीत असता तो रोखल्या नजरेने माझ्याकडे एकसारखा बघत राहिला होता. त्याचे डोळे धगधगत होते. निर्वासितांच्या

मिरवणुकीतल्या मशालींचा प्रकाश त्या काळ्याभोर जळजळत्या डोळ्यांत डोळ्यांत प्रतिबिंबित झाला आहे असे मला वाटले. पायांतले बूट काढल्यानंतर काकाने खिशातून चामड्यांचे एक लठ्ठ पाकीट बाहेर काढले व ते माझ्या हाती देत तो म्हणाला,

''हॉल, हे तुझ्या उशाखाली ठेवून दे. उद्या तू डेन्व्हरला जा. तेथे ल्यूटीचा शोध काढ अन् हे पैसे तिला दे. तिला त्यांची गरज लागणार आहे. लवकरच.''

''होय काका!'' मी अडखळत पुटपुटलो. चेम्बरलेनची जज्ज म्हणून नेमणूक झाल्याचे काकाला केव्हाच कळून चुकले आहे, याची मला त्या क्षणी जाणीव झाली. उद्या ल्यूटीची भेट घ्यावयाच्या कल्पनेने माझ्या काळजाचा थरकाप झाला. अशा अपमानकारक आणि केविलवाण्या अवस्थेत तिला पाहण्याऐवजी मी दुसरे कोणतेही संकट खुशीने पत्करले असते. पण... ती भेटणार म्हणून माझे मन नेहमीप्रमाणेच आतुर झाल्याविनाही राहिले नाही.

ब्राइस चेम्बरलेनने निर्वासितांना काय अभिवचन दिले होते ते काकाला सांगावेसे मला वाटले; पण तेवढा धीर मला झाला नाही. झोपण्याचा पोषाख अंगावर चढवलेली काकाची धिप्पाड मूर्ती, त्याच्या डोळ्यांतले उग्र भाव माझ्या पोटात भीतीचा गोळा उठवीत होते. त्याचे काळेकुळीत केस, काळ्याभोर मिशा, धगधगणारे डोळे... सारेच कसे विलक्षण भीतिदायक दिसत होते. जरा वेळाने काका आपल्या बिछान्यावर जाऊन आडवा झाला. मीही खोलीतला दिवा मालवून माझ्या कोचावर निजलो. पण त्या काळोखातही काकाचे अस्तित्व मला सारखे जाणवत होते. बिछान्यावर अंग टाकून, आपले टक्क उघडे डोळे वरच्या छतावर खिळवून तो कसा विचार करीत पडला असेल याची मला चांगली कल्पना करता येत होती.

त्याच रात्री केव्हा तरी काकाला मी बिछान्यावर एकसारखी कूस बदलताना व स्वतःशीच काहीतरी पुटपुटताना ऐकले. एकदा तर त्याचा आवाज त्या काळोखात स्पष्टपणे उमटला... दरवर्षी घोड्यांची मोजदाद करताना माणसांच्या गलबलाटातूनही जसा उमटे, तसाच उमटला. पण या वेळी काका जे बोलला ते भयानक होते आणि

अकल्पनीय होते. निर्वासितांना उद्देशून काकाने दिलेली ती धमकी होती.

काकाचे ते शब्द ऐकून माझ्या अंगावर सरसरून काटा उभा राहिला.

•

८

दुसरे दिवशी सकाळी गाडीतून उतरून आयुष्यात पहिल्यांदा मी डेन्व्हर शहरात पाऊल टाकले. सर्वत्र लखलखीत सोनेरी ऊन पडले होते. त्या उन्हाची सोनेरी शाल जणू शहरावर कुणीतरी हलक्या हाताने घातली होती. स्टेशनवरून गावात शिरल्यावर मी जेव्हा सतरा क्रमाकांच्या रस्त्याने जाऊ लागलो तेव्हा माणसांचा एक गजबजाट सर्वत्र भरून राहिलेला माझ्या कानी आला. कापडाची दुकाने, वस्तू गहाण ठेवून घेऊन पेसै देणाराची दुकाने, लिलावाने सामान विकणारी दुकाने यामधून 'इकडे या', 'इकडे वळा जरा साहेब', 'काय घेणार साहेब?' अशा हाका एकसारख्या माझ्या कानी पडू लागल्या. त्या हाका मला सुखवीत होत्या, माझ्या अंहकाराला उत्तेजन देत होत्या. कानांवर येणाऱ्या त्या हाका, लोकांचा तो उल्लसित स्वरात अखंड चाललेला गलबला, रस्त्याने जाणाऱ्या-येणाऱ्या गाड्यांतील स्त्रियांच्या अंगावरचे ते भपकेदार पोषाख... फार काय सांगावे, भोवतालच्या पर्वतावरून गावात येणारी मोकळी हवा या सर्वांमध्ये एक प्रकारची विलक्षण तरतरी, मोकळेपणा उल्लास व चमक होती. ल्यूटीच्या व्यक्तिमत्त्वात जो एक अनामिक उन्मुक्तपणा मला नेहमी जाणवे, तोच स्वैर मनोहर भाव या गावात सर्वत्र भरून राहिला होता. या गावाबद्दल ल्यूटीला जे विचित्र आकर्षण वाटे, त्याचा थोडासा उलगडा मला गावात पाऊल टाकताच झाल्यासारखे वाटले.

गावात शिरल्यानंतर मी माझ्या काकाचा मित्र जॉर्ज ट्विट्चेल याच्याकडे प्रथम गेलो. ट्विट्चेलचे लोखंडी सामानाचे दुकान होते. सेन्ट लुईच्या पश्चिमेला या प्रकारचे एवढे मोठे दुकान कुठेच पाहावयाला मिळाले नसते. दुकानात गिऱ्हाइकांची एकच झुंबड

उडाली होती. आसपासच्या बारा-चौदा छोट्या छोट्या वसाहतींतून व संस्थानांतून मालखरेदीसाठी आलेली ती माणसे आपापसांत हसत होती, बोलत होती, एकमेकांची थट्टामस्करी करीत होती. पिस्तुलापासून ते खाणीतल्या यंत्रसामग्रीपर्यंत सर्व प्रकारचा माल गिऱ्हाइकाला विकला जात होता. ट्विट्चेलचे ते भलेथोरले दुकान व तेथे चाललेली प्रचंड विक्री पाहून माझी छाती दडपूनच गेली. दुपारच्या जेवणासाठी ट्विट्चेलने मला जेव्हा आपल्याबरोबर आपल्या घरी नेले तेव्हाही मी तसाच हबकून गेलो. ट्विट्चेलचे घर होतेच मुळी तसे झोकदार! विटांनी बांधलेल्या त्या प्रचंड इमारतीभोवती नक्षीदार उंच कुंपण होते. समोरच्या बागेत मधोमध एक कारंजे होते व कारंज्याच्या पाण्यात एक हंसी विहार करीत होती. या गावातले सारेच काही श्रीमंती थाटाचे, झोकदार व डोळे दिपवणारे होते. काकाने ल्यूटीला देण्यासाठी एक हजार डॉलर माझ्याकडे दिले होते. तिच्या परत येण्याविषयी जरी काकाने माझ्याजवळ अवाक्षर काढले नसले तरी हजार डॉलर या रकमेत ल्यूटी या महागड्या गावी सारे आयुष्य काही काढू शकणार नाही, ही काकाला जाणीव असलीच पाहिजे, असे त्या क्षणी माझ्या मनात येऊन गेले.

जेवण आटोपल्यानंतर पैशाचे पाकीट खिशात टाकून मी ल्यूटीच्या शोधार्थ घराबाहेर पडलो. येथील थाटाला साजेसा जामानिमा करावयास मी चुकलो नव्हतो. डेन्व्हरमधल्या एका थाटाच्या सलूनमध्ये मी माझे केस कापवून घेतले होते. बुटांना चकचकीत पॉलिश करून घेतले होते. एवढी तयारी झाल्यावर मी जिवाचा घडा केला. मान ताठ ठेवली, आणि बाह्यतः निर्भयपणे पण मनातून विलक्षण अस्वस्थ होऊन, गावात नव्यानेच बांधलेल्या 'ब्राऊन पॅलेस' या हॉटेलकडे मी जावयास निघालो.

मी हॉटेलच्या दारात पाऊल टाकतो तोच सुंदर, तरुण, हसतमुख स्त्रियांचा एक घोळकाच्या घोळका तेथून बाहेर पडला. त्या स्त्रियांच्या अंगावर रेशमाचे व सॅटिनचे उंची, भपकेदार पोशाख होते. त्यांच्या केशपाशावर अत्याधुनिक पद्धतीच्या टोप्या होत्या. आपल्या हातात त्यांनी हातमोजे घातले होते. त्यांच्या पोशाखाला लावलेल्या झालरी,

कडेला गुंफलेली मूल्यवान लेस, बाह्यांचे डौलदार फुगे आणि त्या स्त्रियांचा आपापसांत चाललेला मंजुळ किलबिलाट हे सारे पाहून व ऐकून रंगीबेरंगी पिसारा फुललेला हा एक पाखरांचा सुंदर थवाच आहे की काय, असा मला भास झाला. त्या स्त्रिया माझ्या अंगावरून पुढे गेल्या तेव्हा 'व्हायोलेट'चे व इतर फुलांचे सुगंध मजभोवती फवाऱ्याने उडवल्यासारखे दरवळत राहिले आणि इतका वेळ जरी मी थोडा साशंक असलो तरी आता त्या सुगंधांनी मात्र मला निश्चितपणे सांगितले की, ल्यूटीचा तपास मला याच ठिकाणी लागणार होता!

हॉटेलमध्ये शिरल्यानंतर मी अवतीभोवती पाहू लागलो. आखूड खोचदार दाढी, उभी कडक कॉलर व उंची शिलाईचा सूट यामुळे अधिकच ऐटबाज दिसणारा क्लार्क पलीकडे उभा असलेला मला दिसला. मी माझ्या नावाचे कार्ड त्याच्या हाती दिले. ते कार्ड बोटात चाळवीत तो मला म्हणाला,

'मिसेस कर्नल ब्रूटन? हां हां! मिसेस ल्यूटी कॅमेरॉन ब्रूटनबद्दल आपण चौकशी करता आहात, नव्हे काय?'' त्याचा चेहरा एकदम उजळला आणि माझ्याशी तो पूर्वीपेक्षा अधिक आस्थेवाईकपणाने, आदराने वागत आहे असे मला वाटले. आता माझी खात्री झाली की, या माणसाने ल्यूटीला पाहिले असले पाहिजे. तिच्याशी तो बोलला असला पाहिजे आणि क्षणभर तर मला असा स्पष्ट भास झाला की पुढे असलेल्या लाल गालिच्याने आच्छादलेला जिन्यावरून ल्यूटी धावत मझ्याकडे येत आहे, जणू 'हॅल!' असा आनंदोद्गार काढून ती मला आपल्या हृदयाशी कवटाळीत आहे...

पण तो भास, केवळ भासच ठरावयाचा होता. माझ्याशी बोलणाऱ्या त्या क्लार्कची मुद्रा काळवंडली आणि खिन्न स्वरात तो मला म्हणाला, ''मिसेस ब्रूटन आणखी काही दिवस आमच्या इथे राहिल्या असत्या तर आम्हाला खरोखरीच फार बरे वाटले असते.''

राहिल्या असत्या तर...? म्हणजे ल्यूटी आता या वेळी येथे नव्हती तर! त्याचे ते शब्द ऐकून मी चमकून स्तब्ध झालो. काही तर मूल्यवान, सुंदर ठेवा हातातून निसटून जात असावा तसे मला वाटले. एव्हाना तो क्लार्क चामड्याने बांधलेल्या एका भल्या लठ्ठ

लेजरबुकाची पाने चाळू लागला.

"परवाच्या दिवसापर्यंत ब्रूटन इथे होत्या," तो म्हणाला, "मला वाटलं त्यांना एक पत्र किंवा तार त्या दिवशी आली. त्या नेहमीप्रमाणेच आनंदी, प्रसन्न मनोवृत्तीत होत्या, पण नंतर त्या अस्वस्थ झालेल्या दिसल्या. त्यांनी आपलं बिल लगेच चुकतं केलं आणि त्या हे हॉटेल सोडून तडक निघून गेल्या. जाताना त्यांनी पत्ताबित्ता काहीच देऊन ठेवला नाही आमच्याकडे. मी आपल्या उपयोगी पडू शकलो नाही याचा खेद होतो मला!"

मी जेव्हा हॉटेलातून बाहेर रस्त्यावर आलो तेव्हा सूर्य एका ढगाआड अदृश्य झाला होता आणि गावावर पसरलेली लखलखीत सोनेरी कांती मावळून तेथे आता काळवंडलेली छटा दिसत होती. ती संबंध आठवडा मी वेगवेगळी हॉटेले, निवासस्थाने धुंडाळीत होतो. रस्त्याने जाणाऱ्या-येणाऱ्या गाड्यांमधील स्त्रियांत एक सडपातळ, आकृती व नाजूक चेहरा दिसतो का हे बघत होतो आणि 'ब्रॉडवे'वरही तासन्तास रेंगाळत फॅशनेबल गाड्यांतून जाणाऱ्या ऐटबाज स्त्रियांचे चेहरे न्याहाळीत होतो. पण त्या सर्व अवधीत त्या लखलखत्या सोनेरी उन्हाचे मात्र मला पुन्हा केव्हाही दर्शन झाले नाही.

रात्रीच्या वेळी जॉर्ज ट्विट्चेल मला उत्तोमोत्तम रेस्टॉरन्टमध्ये जेवायला घेऊन जाई. 'टॅबर ग्रॅन्ड थिएटर'मध्ये तो मला नेई. एकदा तर त्याने मला एका भल्याथोरल्या, लाल विटांनी बांधलेल्या इमारतीतही नेले होते. ही जागा म्हणजे एक जुगारी अड्डा होता, हे तेथे गेल्यावर माझ्या ध्यानात आले. तेथे बारा-चौदा टेबले मांडलेली होती व त्यांच्या भोवती बसून पुरुष व स्त्रिया उभयतां सारख्याच उत्साहाने जुगार खेळत होती. तेथील भिंतीवर लावलेली प्रचंड पेंटिंग्ज इतकी उत्तान होती की, त्यांच्याकडे बघताना शरमेने माझी कानशिले लाल होऊन गेली!

असा तो सर्व आठवडा गेला, पण ल्यूटी मला भेटली नाही. या काळात स्त्रियांचे एवढे चेहरे मी पाहून घेतले होते की, रात्री झोपेतही ते माझ्या डोळ्यांपुढून एकसारखे सरकत असत. सुंदर आणि रूपहीन, कोमल आणि कठोर, दुःखाने कोमजलेले व हर्षाने उत्फुल्ल झालेले... असंख्य परींचे ते चेहरे होते. पण मला हवा

होता तो चेहरा त्यात मला कधीच सापडला नाही!

सोमवारी सकाळी ट्विट्चेलच्या दुकानात लोखंडी तिजोरीत जपून ठेवलेले पैशांचे पाकीट मी काढून घेतले. माझी खिन्न मुद्रा पाहून मला धीर द्यावयाच्या हेतूने ट्विट्चेल म्हणाला, "तू इतका हताश का होतोस हॉल? ल्यूटी बहुधा घरीच गेली असेल. दुसरीकडे कुठे जाणार ती? मला वाटतं, तू घोड्यावर बसून आपल्या कुरणावरील घराकडे दौडत जातो आहेस तो ती दाराशीच तुझे स्वागत करायला उभी असेल बघ!"

ट्विट्चेल मोठा आंनदी आणि आशावादी वृत्तीचा माणूस होता. त्याची ती भरभक्कम जबरदस्त आकृती नुसती पाहिली तरी दुसऱ्यांना दिलासा मिळे. त्यामुळे त्याचे बोलणे ऐकून मला बरे वाटले. पण मी जेव्हा सॉल्ट फोर्क गावी जाऊन पोहोचलो, उन्हात सुस्तावल्यासारखे पडलेले तेथील धुळकट रस्ते व लाकडी पदपथ जेव्हा मी पाहिले तेव्हा त्या रस्त्याने ल्यूटीची चपळ, उत्साही पावले मुळीच गेलेली नव्हती हे मला क्षणार्धात कळून चुकले.

मी गावातल्या रस्त्याने चालू लागलो तेव्हा आपल्या किरणा मालाच्या दुकानातील गल्ल्यावर जॉन किंगमन बोटे दुमडून ओठातल्या ओठात पुटपुटत पैशाचा हिशेब करीत बसला होता. मला पाहिल्याबरोबर त्याने माझ्या पाठीमागे आणखी कोणी आहे का हे कुतूहलाने पाहून घेतले. त्यानंतर फ्रँक डॅगेटच्या तबेल्यात मी जेव्हा गेलो तेव्हा त्याचीही नजर प्रथम माझ्या मागल्या बाजूला प्रश्नार्थक रीतीने वळली. मग मी समजलो. माझ्या बरोबर ल्यूटी आली आहे काय, हे त्यांना पाहावयाचे होते.

"कसे काय हॉल?" फ्रँक डॅगेटने माझे स्वागत करीत म्हटले, "शार्टी बोवेननं तूर्त तुझी गाडी नेली आहे. पण तुला जर फार नड असेल तर तू इथून एखादी बग्गी भाड्यानं न्यावीस, असा त्यानं तुला निरोप ठेवला आहे!"

"मला नको आहे बग्गी." मी थोड्या तुटकपणे म्हणालो. त्याच्या मनात काय होते, ते मला कळून चुकले होते.

माझ्या शब्दांनी डॅगेट जरा हिरमुसल्यासारखा झाला.

"शॉर्टीनं तिकडे कुरणावर जाताना काडतुसांनी भरलेल्या दोन

पेट्या बरोबर नेल्या आहेत.'' तो पुढे म्हणाला.

मी एकदम कान टवकारले. पण फ्रँक डॅगेटच्या मुद्रेवरून आणखी कसलाच सुगावा मला लागेना. जरा वेळाने त्याच्या तबेल्यातला एक घोडा मी स्वतःसाठी मागून घेतला आणि त्यावर बसून मी कुरणावरील आमच्या घराकडे जावयास निघालो. गावाबाहेर पडल्यावर मी दौडत चाललो होतो तोच एक झोकदार बग्गी माझ्या जवळून गावाकडे गेलेली मला दिसली. तीत ब्राइस चेम्बरलेन बसला होता. जज्ज व्हाईट घालीत असे तसला ऐटबाज काळा कोट त्याने आपल्या अंगात घातला होता. आजपर्यंत चेम्बरलेन माझ्याशी नेहमी आपुलकीने व स्नेहभावाने वागत आला होता. पण आज मात्र त्याने काहीशा उपक्षेने व तुच्छतेने माझ्याकडे दृष्टिक्षेप केला. मीही त्याच्याकडे पाहून कपाळाला आठ्या घातल्या. तो गावाबाहेर या बाजूला कुणीकडे गेला होता याबद्दल मला कुतूहल वाटू लागले. कारण हा उजाड व निर्मनुष्य रस्ता कुरणाकडेच जात होता. इकडे चेम्बरलेनचे काय काम असावे मला कळेना.

माझा घोडा जेव्हा गावालगतच्या वाळूच्या टेकडीवर जाऊन पोहोचला तेव्हा ते दृश्य मला दिसले व माझ्या मनातल्या शंकेचे निराकरण झाले. टेकडीच्या माथ्यापासून तो थेट खाली नदीपर्यंत निर्वासित लोकांचा भला मोठा तळ पडला होता. पांढरे तंबू व पांढऱ्या कापडांनी आच्छादलेल्या गाड्या यांचे एक भलेथोरले गावच तेथे वसले होते म्हटले तरी चालेल. घोडे, खेचरे, बैल व दुभत्या गाई मैलोगणती अंतरावर सर्वत्र विखुरलेल्या होत्या व गवताळ कुरणावर त्या मजेने चरत होत्या.

मी जसजसा त्या तळाच्या जवळजवळ आलो तसतशी तेथे चाललेल्या धांदलीची व गडबडीची मला अधिकाधिक जाणीव होऊ लागली. सर्व माणसे कामात गढून गेली होती. कोणी गाड्यांच्या चाकांवर धावा बसवीत होते, कुणी ऐरणीवर घातल्या जाणाऱ्या हातोड्यांच्या घावांचा आवाज उठत होता. मुंग्यांची वारुळातून ये-जा चालावी त्याप्रमाणे शेकडो लोक तंबूतून आत-बाहेर येरझारा घालीत होते. कुणी उंच आवाजात एकमेकांना हाका मारीत होते. काही पुरुष व लहान मुले दूरवर पसरलेल्या गुरांना पुन्हा तळाकडे

वळवून आणीत होते.

ब्राइस चेम्बरलेन या बाजूला कुठे व कुणाकडे आला होता त्याचा मला तात्काळ उलगडा झाला आणि यदाकदाचित त्या वेळी जर माझ्या मनात काही संशय उरला असताच, तर मी कुरणावरच्या आमच्या घरी आल्याबरोबर तोही फिटून गेला असता. कारण मी घरी आलो तेव्हा घरातल्या एका खोलीत तऱ्हेतऱ्हेची पिस्तुले व बंदुका ठेवलेल्या मला दिसल्या. दारूगोळ्याचा एक प्रचंड साठाच तेथे भरून ठेवला होता. अंगणात पेटवलेल्या शेकोटीभोवती 'ऑस बी' नावाच्या आमच्या कुरणावरचे अनेक मजूर कोंडाळे करून बसलेले मला दिसले. मांसान्न व बिस्किटे यांनी भरलेल्या ताटल्या हाती घेऊन त्यावर ते ताव मारीत होते आणि मधूनमधून कडक काळ्या कॉफीचे घुटके घेत होते. त्यांच्या मुद्रेवरचा, विशेषतः डोळ्यांतला भाव पाहून मी समजलो; संघर्षाची घटना आता फार दूर नव्हती!

●

९

आगामी संघर्षाचे काळेकुट्ट ढग आभाळात गोळा होऊ लागले होते. एका दृष्टीने ती गोष्ट माझ्या पथ्थ्यावर पडली. कारण ल्यूटीची वार्ता काकाला सांगणे त्यामुळे मला जरा बाजूला ठेवता आले. काकानेही सुरुवातीला मला तिच्याविषयी काही विचारले नाही. निर्वासित लोक कसे बहुसंख्येने एकत्र झाले आहेत आणि टेकडीपासून ते थेट नदीकाठपर्यंत त्यांचा भलामोठा तळ कसा पडला आहे, हे शक्य तेवढ्या विस्ताराने मी काकाला सांगितले. ते सारे त्याने लक्षपूर्वक ऐकून घेतले आणि मग सरतेशेवटी त्याने मला विचारले,

''तुझी अन् तिची भेट झालीच नाही वाटतं, हॉल? अं?''

आता मला बोलल्याखेरीज गत्यंतरच नव्हते. डेन्व्हरला जे काही घडले होते ते सारे चाचपडत, अडखळत मी काकाला सांगून टाकले. काका त्यावर काहीच बोलला नाही. पण ब्लॅक हॅटी येऊन जेव्हा दिवाणखान्यात दिवा लावून गेली तेव्हा त्या उजेडात काकाच्या मुखावर जे भाव मला दिसले त्यांनी माझे काळीज आतल्या आत

चरकले! काकाच्या चेहऱ्यावर खोल रेषा उमटल्या होत्या आणि ज्या बदमाष माणसाने ल्यूटीला ऐन वेळी दगा दिला होता त्याच्याविषयीच्या तीव्र संतापाची लाल-केशरी ज्वाळा त्याच्या डोळ्यांत धगधगत होती.

दुसऱ्या दिवशी सकाळी आमच्या एका नोकराने बातमी आणली की, निर्वासितांनी नदीकाठचा आपला तळ सोडला होता आणि त्यांच्यापैकी कुणी गाड्यांत बसून, तर कुणी घोड्यावर स्वार होऊन आमच्या प्रचंड व सुपीक कुरणाच्या पूर्वेकडल्या भागात एव्हाना घुसलेही होते! नोकराच्या तोंडून ही वार्ता ऐकल्यावर काकाच्या संतापाला पारावार राहिला नाही. एखाद्या धरणाच्या अडवलेल्या पाण्याने धरणाच्या भिंतीवर जोराने धडका माराव्यात त्याप्रमाणे काकाचा संताप त्याच्या मुद्रेवर आतून टकरा देत होता. त्या संतापाचा लोंढा केव्हा बाहेर उसळून येईल याचा नेम नव्हता.

"जज्ज चेम्बरलेनसुद्धा या लोकांबरोबर आहे काय रे?" त्याने गुरगुरत नोकराला विचारले.

"होय. मला वाटतं, एका बग्गीत बसला होता तो." नोकर भीत भीत हळूच पुटपुटला.

"ठीक. तू आता जा अन् आपल्या लोकांना घोड्यांवर खोगिरं चढवायला सांग." काकाने त्याला हुकूम दिला.

काकाच्या त्या हुकमाचा अर्थ मला कळून चुकला. मी चरकलो. माझ्या मनातला तो भाव माझ्या मुद्रेवर उमटला असावा. कारण नोकर तेथून जाताच काकाने आपली कुद्ध दृष्टी माझ्यावर रोखली.

"हे बघ पोरा!" तो मला गुरकावून म्हणाला, "आयुष्यात काही प्रसंग असे येतात की, ज्या वेळी माणसाला कठोर व्हावंच लागतं. आज तुम्ही एखाद्या माणसाशी मवाळपणानं वागलात अन् त्यामुळे उद्या तुम्ही त्याला तुमचा व त्याबरोबर स्वतःचाही सर्वनाश करू दिलात, तर त्याला तुमच्याविषयी कधीही आदर वाटणार नाही. आज दिवस मावळेपर्यंत इथं अशा काही घटना घडतील की, ज्या कदाचित तुला बघायला बऱ्या वाटणार नाहीत. कॉलेजच्या शिक्षणामुळे तुझ्यातलं पौरुष अन् पराक्रम नाहीसा होऊन तू जर निव्वळ रडूबाई

बनला असशील तर तू हे सारं न बघावंस, हेच चांगलं!''

"ते काय म्हणून?'' मी काहीसा चिडून म्हणालो, ''मीसुद्धा या निर्वासितांशी कडकपणे वागू शकेन की!''

त्यानंतर काकाने आपला जामानिमा करण्यास सुरुवात केली. करड्या रंगाचा व खांद्याशी गच्च दाटून बसणारा कोट त्याने अंगात घातला. चुरमुडलेले लांबलचक बूट पायात चढवले आणि तो घराबाहेर जावयास निघाला. तो आता आपल्या आवडत्या घोड्याची निवड करण्यासाठी तबेल्याकडे चालला आहे हे मी ताबडतोब ओळखले आणि मीही त्याच्याबरोबर घराबाहेर पडलो.

ल्यूटीने घराभोवती व घरापुढे लावलेली झाडे आता चांगलीच वाढली होती. त्यांची एक सुंदर हिरवीगार भिंतच जणू तयार झाली होती. दुतर्फा उभ्या असलेल्या त्या गर्द हिरव्या छायेतून आम्ही जसे पुढे तबेल्याच्या दिशेने जाऊ लागलो तसे तबेल्यातले नोकर एका विशिष्ट बाजूकडे टक लावून बघत आहेत असे आम्हाला दिसून आले. त्यांच्या नजरेच्या अनुरोधाने आम्ही पाहू लागलो तेव्हा समोरच्या टेकडीवरून तीन घोडेस्वार दौडत येताना आम्हाला दिसले. सूर्याच्या कोवळ्या किरणांत त्यांची खोगिरे व त्यांच्या अंगावरचे पोषाख चमचम चमकत होते. ते स्वार जसजसे जवळ येऊ लागले, तसतसे ते मला अधिक स्पष्ट दिसू लागले. त्यांच्या अंगावर निळ्या रंगाचे युनिफॉर्म होते. त्यांच्या टोप्यांवर सोनेरी बॅजेस बसविलेले होते. त्या स्वारांच्या या सर्व जामानिम्यावरून आणि घोड्याच्या पाठीवरच्या त्यांच्या ताठ बैठकांवरून ते फोर्ट एविंग येथील सरकारी ऑफिसर आहेत, हे मी तत्काळ ओळखले.

मी काकाकडे नजर टाकली. तो ताठ उभा राहिला होता आणि त्याने आपले मस्तक आव्हानपूर्वक मागे झुकविले होते. त्याच्या उभे राहण्याच्या पद्धतीत आणि चेहऱ्यावर विलक्षण उद्धटपणा व तुच्छता दिसत होती. एव्हाना ते तीन ऑफिसर आमच्या जवळ येऊन पोहोचले होते. त्या तिघांतला प्रमुख ऑफिसर मेजर बिल्वरफोर्स हा होता. भव्य शरीर आणि लालसर रंगाच्या झुबकेदार मिशा यामुळे हा माणूस मोठा रुबाबदार दिसे. काकाच्या जवळ येताच मेजर बिल्वरफोर्सने आपला हातमोजा काढून घेतला व काकाशी हस्तांदोलन

करण्यासाठी तो घोड्यावरूनच खाली ओणवला.

"तुमच्या कुरणावरील झऱ्याकाठी तूर्त आम्ही तळ ठोकणार आहोत कर्नल..." तो म्हणाला, "आमच्याबरोबर पासष्ट लोकांची तुकडी आहे. मला आणि सैन्याच्या कॅप्टनला तुमच्या पंक्तीच्या लाभाचा मोह आवरेना. म्हणून आम्ही आज तुमच्याकडे जेवायला आलो आहोत."

बिल्वरफोर्सच्या बोलण्यात कोणत्याही प्रकारे अधिकाराचा दर्प नव्हता. त्याचे शब्द स्नेहाने व सौजन्याने निथळत होते. पण आमचे नोकर मात्र जागच्या जागी ताठरल्यासारखे झाले होते व त्यांच्या नजरा काकाच्या चेहऱ्यावर खिळल्या होत्या. काका आपल्या जागेवर नेहमीच्याच रुबाबात उभा होता. त्याच्या डोळ्यांतली काळी छटा गडद झाली होती व त्याच्या मिशाही पिंजारल्यासारख्या वाटत होत्या. दोन क्षण तो काहीच बोलला नाही. तो तेवढाच अवधी मला किती तरी मोठा वाटला. पण नंतर काकाचा स्वतःशीच काही तरी निश्चय ठरला असावा. कारण त्याने आपली मान होकारार्थी हलवली.

"हरकत नाही. आपण आत चला ना!" तो किंचित हसून विल्बरफोर्सला म्हणाला, "घोड्यांना चंदी घालायला सांगा नोकरांना." आणि त्याने आपली पावले आमच्या कुरणावरच्या घराकडे वळवली. त्याच्या पाठोपाठ ते ऑफिसरही घोड्यांवरून उतरून तिकडेच वळले.

ती सारी दुपार मेजर विल्बरफोर्स व कॅप्टन या उभयतांचे मी बारकाईने अवलोकन करीत होतो. दिवाणखान्यातल्या कोचावर बसून व्हिस्की पिता पिता ते खूप मोकळेपणाने गप्पा मारीत होते. काकाशी असलेले पूर्वीचे स्नेहाचे व खेळीमेळीचे संबंध पुन्हा प्रस्थापित करण्यासाठी त्यांचा तो सर्व अट्टहास चालला होता हे अगदी उघड होते. एकीकडे पाहुणे गप्पा मारीत होते. दुसरीकडे घरात मुलांचा आरडाओरडा चालू होता. दुपारचे जेवण व्यवस्थित रीतीने पार पडले. संध्याकाळचे जेवणही बिनबोभाट उरकले. ल्यूटीच्या नावाचा अजिबात उल्लेख होत नव्हता. पण तिने कुरणावर असू नये व तिच्या गैरहजेरीत निर्वासितांनी शेळ्यामेंढ्याप्रमाणे आमच्या

भल्याथोरल्या कुरणात घुसावे, ही गोष्ट फारच विपरीत वाटत होती.

संध्याकाळी काकाचा निरोप घेऊन पुन्हा तळावर जाण्यासाठी जेव्हा ऑफिसर उठले तेव्हा त्यांना निरोप देण्यासाठी काकाही उठून उभा राहिला. उठल्यावर तो एवढेच म्हणाला,

"मेजर, मी आपणाला एक प्रश्न विचारू का? माझ्या कुरणावर तुमच्या तुकड्यांनी यावं अशी परवानगी त्यांना कुणी दिली?"

मेजर बिल्वरफोर्सची मुद्रा पालटली. गंभीर स्वरात तो म्हणाला, "खुद्द प्रेसिडेंटनीच हा हुकूम दिलाय, कर्नल."

"तुम्हाला व तुमच्या माणसांना किती दिवस इथं राहायला सांगितलंय प्रेसिडेंटनी?" काकाने पुढे विचारले. त्याच्या स्वरात व शब्दांत तीव्र उपरोध भरला होता.

पण मेजरने तो उपरोध मनावर घेतला नाही. तो शांतपणे म्हणाला, "पुढला हुकूम येईपर्यंत तूर्त तरी आम्हाला इथंच मुक्काम करावा लागणार आहे. दरम्यानच्या काळात आपले संबंध स्नेहाचे राहतील अशी आशा करतो, मी कर्नल!"

काकाने यावर काहीच उत्तर दिले नाही. त्याने आपले ओठ घट्ट मिटून घेतले होते व त्याच्या डोळ्यांत विलक्षण तुच्छता अन् तिटकारा झळकत होता. हा तिटकारा परस्पर प्रेसिडेंटकडून आपणाला हव्या तशा किल्ल्या फिरवणाऱ्या ब्राइस चेम्बरलेनबद्दल होता हे सांगावयाला नकोच. वाळवंटातून वाहणाऱ्या उष्ण वाऱ्याप्रमाणे काकाच्या मनात तीव्र कडवटपणा पसरू लागला होता, हे मला स्पष्टपणे जाणवत होते. काही वेळ काका तसाच ताठ उभा राहिला. पण मग त्याच्या मानेवर नि हातांवर टरारून उभ्या राहिलेल्या निळसर शिरा सैल पडल्या व तात्पुरता तरी त्याने आपल्या रागाला आवर घातलेला आहे हे मी ओळखले. आपल्याच देशाच्या सैन्याच्या तुकडीबरोबर आपलीच माणसे लढावयाला पाठवणे हे काकाला कधीच रुचले नसते. त्यापेक्षा तूर्त पड खाणेच त्याने पत्करले व तो गुरुगुरून म्हणाला, "ठीक आहे. मी आता आपला निरोप घेतो. गुड नाइट!"

ते ऑफिसर निघून गेले. पण त्यानंतर कितीतरी वेळ काका निःशब्दपणे गॅलरीत तसाच उभा राहिला होता. जून महिन्यातले

झगझगीत चांदणे पडले होते. त्या चांदण्यांत दिवसाउजेडी दिसावे तसे समोरचे कुरण लख्ख दिसत होते. काकाने त्या कुरणाकडेच एकसारखी टक लावली होती. मी आत जाऊन बिछान्यावर पडलो; पण मला झोप येईना. खिडकीतून चांदण्यांचा लखलखीत शुभ्र चौकोन खोलीत आला होता. त्याकडे मी टक लावून बघत होतो. बघता बघता त्या चौकोनात मला आमच्या विस्तीर्ण व अफाट कुरणाचा भास होऊ लागला. मला असे वाटले की, वसंत ऋतूतली प्रसन्न झुळूक वाहत आहे. त्या झुळकेने हेलवणारे उंच गवत माझ्या मांड्यांना घासत आहे. माझ्या तट्टाच्या गतीला भिऊन कोंबडीची पिले फडफड करीत सर्वत्र उधळत आहेत. जरा वेळाने हे दृश्य मावळले आणि मग एक वेगळाच देखावा माझ्या नजरेपुढे उभा राहिला. कुरणावरची डबकी पाणकोंबड्यांनी भरून गेली आहेत, त्यांचा एकसारखा कलकलाट चालला आहे, माझ्या काकाची सत्तर हजारांवर संख्या असलेली गुरे लठ्ठ होऊन डुलत डुलत कुरणावर फिरत आहेत, असे दृश्य मला दिसू लागले. जरा वेळाने तेही दृश्य मावळले आणि हिवाळ्यात बर्फाने आच्छादलेले कुरण माझ्या नजरेसमोर उभे राहिले. त्यावर आम्ही खेळत असलेले शेकडो खेळ मला आठवले. कापून साठवलेले गवताचे हजारो टनांचे गठ्ठे मला दिसू लागले. त्यानंतर ऋतुचक्र उलटून पुन्हा वसंताचे आगमन झाले. वसंताच्या स्पर्शाने हिरवळलेले कुरण मला दिसले. ओलेत्या जमिनीवर उन्हे पडल्यानंतर तिचा दरवळणारा खरपूस वास माझ्या नाकपुड्यांना जाणवला. बघता बघता सारे कुरण पाचूसारखे हिरवेगार होऊन गेले. घोडे त्यात आनंदाने लोळू लागले. लोळता लोळता नाकपुड्या फुरफुरवू लागले आणि एका अवर्णनीय, निर्मळ, स्नेहमय शांतीने वातावरण काठोकाठ भरून गेले...

हे कुरण, त्यावरची ही विविध दृश्ये मी आयुष्यभर बघत आलो होतो. यापुढे मात्र ती दृश्ये मला दिसणार नव्हती. माझ्या या आवडत्या गवती समुद्राला मी आता कायमचा मुकणार होतो....

●

१०

दुसऱ्या दिवशी सूर्य रोजच्यासारखाच क्षितिजावर उगवला. ते पाहून मला आश्चर्य वाटल्याविना राहिले नाही. सकाळी न्याहरीच्या वेळी मी काकाला विचारले,

"रेड लेक कॅम्पवरचे नोकर पश्चिमेकडे जाताहेत. त्यांच्याबरोबर मीही माझ्या हरवलेल्या घोडीचा शोध काढायला जाईन म्हणतो. जाऊ का?"

काका काहीच बोलला नाही. त्याने माझ्याकडे रोखून पाहिले. त्याचे ते निखाऱ्यासारखे फुललेले डोळे मला जणू भाजून काढीत होते. मी त्या दिवशी तेथे का राहू इच्छित नव्हतो हे त्याच्या ध्यानात आले होते, असे दिसले.

न्याहरी आटोपल्यावर मी आमच्या लोकांबरोबर जावयास निघालो. आम्ही 'रेड लेक कॅम्प'वर जाऊन पाहोचतो न पोहोचतो तोच उन्हाळी पावसाच्या सरीवर सरी येऊ लागल्या. लवकरच इतका मुसळधार पाऊस सुरू झाला की, मला परतणे अशक्य होऊन बसले.

'कॅम्प हाउस'च्या छपरावरून रात्रभर पावसाचे पाणी ठिबकत होते. पागोळ्यांच्या त्या अविरत आवाजाने माझे कान भरून गेले आणि लवकरच माझ्या असे प्रत्ययाला आले की, जे विचारण्यासाठी मी येथे आलो होतो त्याचा मला विसर पडणे सोपे नव्हते. पागोळ्यांच्या 'टापटिप' आवाजात मला घोड्यांच्या टापांची टपटप भासू लागली. कुरणावरील पाणथळीतून जाणाऱ्या गाड्यांची चाके मला दिसू लागली. पुरुषांचे खर्जातले व स्त्रियांचे किनरे आवाज मला ऐकू येऊ लागले. रडणाऱ्या पोरांचे किंचाळणे, पेटाऱ्यांतल्या कोंबड्या-बदकांचा फडफडाट, मेंढ्यांचे बें बें त्यातच मिसळले आणि एखाद्या प्रदेशावर आक्रमण करणाऱ्या सैन्याप्रमाणे निर्वासितांचा लोंढा आपल्या साऱ्या सामानासह आमच्या कुरणात येऊन घुसताना मला माझ्या डोळ्यांपुढे स्पष्ट दिसू लागला.

दुसऱ्या दिवशी संध्याकाळी निरुपायाने मी पुन्हा कुरणावरील आमच्या घरी येऊन दाखल झालो. आमच्या भल्याथोरल्या कुरणावर

निर्वासितांनी ठिकठिकाणी मुक्काम ठोकला होता. कित्येक ठिकाणी 'सीडार' लाकडाच्या साह्याने झोपड्यांचे सांगाडे उभे करून त्यावर माती लिंपण्याचे काम चालू होते. ज्या जागेवर आमचे गाई, बैल, घोडे आणि हरणे आतापर्यंत नेहमी चरत आली होती, त्या जागेभोवती काटेरी तारांची कुंपणे टाकून ते भाग बंदिस्त करण्यात आले होते. ज्या जमिनीला आतापर्यंत कधीही नांगराचा स्पर्श झालेला नव्हता ती खेचरांच्या साह्याने ओढल्या जाणाऱ्या नांगरांनी उखळून काढली जात होती आणि मातीची ढेकळे इतस्ततः पसरत होती!

ते दृश्य पाहून मला इतका संताप आला की, माझे सर्वांग क्रोधाने थरथर कापू लागले. दिवस मावळला होता व संधिप्रकाश पसरला होता. मी कुरणावरील आमच्या घराच्या दिवाणखान्यात आलो व तेथेच जरासा थबकलो. मला स्वतःचीच शरम वाटली. माझ्या रागाच्या व दुःखाच्या भरात काकाच्या मनःस्थितीचे मला स्मरणही राहिले नव्हते. आता मी दिवाणखान्याच्या दाराशी आलो तेव्हा काका दिवाणखान्यात बसून चामड्याच्या पुठ्याने बांधलेल्या आपल्या हिशेबांच्या वह्या तपासण्यात गढून गेला आहे असे मला दिसले. त्याच्या त्या धिप्पाड शरीरयष्टीतला ताठरपणा अजिबात मोडला नव्हता किंवा त्याच्या चेहऱ्यावरील- विशेषतः डोळ्यांतील- तुच्छता व धुंदीही मुळीच ओसरली नव्हती. तो अशा निःशंक ऐटीने तेथे बसून आपले कामकाज बघत होता की, आसपासच्या पन्नास मैलांच्या टापूत एकही निर्वासित नसावा, असेच कुणालाही वाटले असते. आमच्या अफाट कुरणावर पसरलेल्या काळोखात निर्वासितांच्या वसतीवर ठिकठिकाणी उजळलेल्या दिव्यांचा मंद पिवळा प्रकाश समोरच्या उघड्या खिडकीतून काकाला स्पष्टपणे दिसत होता. पण त्याने त्याची यत्किंचितही दखल घेतलेली दिसत नव्हती!

त्यानंतर किती तरी वेळा मी काकाला तशाच निश्चिंत व निर्भय अवस्थेत त्या दिवाखान्यात बसलेले पाहिले असेल. आमच्या जुन्या भक्कम घराच्या चार भिंतीत बसून काका वेळ काढी. कधी त्याची लेखणी कुरकुर आवाज करीत कागदावर काही तरी लिहिण्यात गर्क झालेली असे, तर कधी त्याचे भरभक्कम हात कॅन्सास येथील दोन-दोन आठवड्यांपूर्वीचे जुने वर्तमानपत्र चाळण्यात गढलेले

दिसत. माझी छोटी चुलत भांवडे जवळच जमिनीवर खेळत असत. मासिकांतून घोड्यांची किंवा गाई-बैलांची चित्रे कातरून काढण्याचा त्यांचा क्रम नेहमीप्रमाणेच सुरू असे. भोवतालचे सर्व वातावरण पूर्वपरिचित असल्यामुळे त्याचाही मनावर एक वेगळाच परिणाम होई. दारे-खिडक्यांवरचे पडदे, कोच, खुर्च्या जमिनीवरची भलीथोरली सतरंजी... दिव्याच्या उजेडात या सर्व ओळखीच्या गोष्टी पाहिल्या की, काळजात खोल कुठे तरी चमक निघाल्यासारखी वाटे. मनात येई की, ल्यूटी मुळी हे घर सोडून गेलेलीच नाही. ती अद्याप इथेच वावरते आहे. एकदा तर घरातली तिची जुनी मासिके चाळताना 'व्हायोलेट'चा तो पूर्वपरिचित सुगंधही माझ्याभोवती दरवळल्यासारखा मला वाटला आणि क्षणभर मला असाच भास झाला की, ल्यूटीची ती सडपातळ, नाजूक आकृती माझ्या पाठीमागे उभी आहे, तिचे डोळे नेहमीसारखेच उत्कट जीवनानंदाने चमकत आहेत आणि मुलांना हाका मारण्यापूर्वी जो मिश्कील भाव तिच्या मुद्रेवर पसरत असे तो भाव तेथे स्पष्ट उमटला आहे...

एके दिवशी ब्लॅक हॅटी माझ्या जवळ आली आणि हळूच मला म्हणाली,

"हॉल, त्या गाड्यांची चाकं कशी वाजताहेत, ऐकलीत ना? मला वाटतं, मालकीण आता परत आल्याशिवाय राहायची नाही. कधीकधी तर मला वाटतं की, ती या घरातच आहे. अन् त्यामुळे मला आता इथं एकटं एकटं देखील वाटत नाही. आज ना उद्या ती खचित येणार बघा! माझं बोलणं तुम्ही आपलं लक्षात ठेवा..."

काही झाले तरी एक गोष्ट मात्र अगदी खरी होती... आमचे कुरणावरचे घर आता पूर्वीसारखे अलिप्त व शांत राहिले नव्हते. इथले निःशब्द, निरामय आणि एकांतमय वातावरण पार ढवळून निघाले होते. पूर्वी अशी परिस्थिती होती की, आमच्या घरापासून दुसरे कोणतेही घर चाळीस किंवा पन्नास मैलांच्या टापूपर्यंत सापडले नसते. पण आता दिवाणखान्याच्या दारात उभे राहिले किंवा झोपण्याच्या खोलीच्या खिडकीतून बाहेर नजर टाकली, तर कुरणावर निर्वासितांनी उभारलेली तारेची कुंपणे, त्यांनी नांगरलेल्या जमिनीवर दिसणाऱ्या फाळाच्या चाकोऱ्या, आणि त्यांच्या झोपड्यांच्या मातीच्या

चिमण्यांतून वर चढणारा धूर हे सारे एकदम दृष्टिपथात येई. आमच्या कुरणावर शेकडो निर्वासितांनी येऊन वसाहत केली होती. रोजच्या रोज हे लोक गाडीत बसून शहरातल्या इतर निर्वासितांना भेटायला जात. लवकरच या निर्वासितांची मुलेबाळेही कुरणावर खेळताना दिसू लागली. कधीकधी तर म्हताऱ्या, थकलेल्या घोड्यांच्या पाठीवर बसून ही मुले आमच्या घरापर्यंत दौडत येत आणि एखादे वेळी काड्याची पेटी, खाण्याचा सोडा, पाव बनविण्यासाठी आंबवलेले पीठ, अशा वस्तू खुशाल आमच्याकडून उसन्या म्हणून घेऊन जात!

मात्र, ही मुले आमच्या घराच्या दिवाखान्याशी कधी येत नसत. तेवढे ती कटाक्षाने टाळीत. ती परस्पर मागल्या बाजूला स्वयंपाकघराकडे आपला मोर्चा वळवीत. छोटा जिमी किंवा सारा बेथ ही आमची मुले सावरीच्या झाडांखाली उभी राहून या निर्वासितांच्या मुलांकडे सभय व साशंक नजरेने बघत. पण ब्रॉक मात्र मोठ्या उत्सुकतेने व निर्भयपणे त्यांच्याकडे धावत जाई. त्यांच्याशी गप्पा मारी आणि त्यांना थांबवून आपल्याबरोबर खेळण्याचा आग्रह करी! ब्रॉकला त्या मुलांशी अशा आपुलकीनं वागताना-बोलताना पाहिले म्हणजे मला त्याच्या आईची आठवण येई. सॉल्ट लेक गावातल्या निर्वासितांच्या मुलांशी तीही अशाच मोकळ्या व खेळकर वृत्तीने वागली होती! पण त्या मुलांत व या मुलांत जमीन-अस्मानचे अंतर होते. ही मुले सहसा बोलायला तयार नसत. त्यांच्या चेहऱ्यावर संशय, भीती, तिरस्कार हे भाव उमटलेले असावयाचे. आपले काम होताच ती पुन्हा घोड्यावर टांग टाकीत आणि घाईघाईने तेथून निघून जात. त्यांना तसे जाताना पाहून माझ्या मनात नेहमी एकच विचार येई... ल्यूटी इथे असती तर तिने त्यांना तसे जाऊ दिले नसते. तिने हसून त्यांचे स्वागत केले असते. गोड शब्दांनी त्यांची विचारपूस केली असती आणि त्यांच्या हातावर केकचा एखादा तुकडा ठेवल्यावाचून किंवा पेलाभर सरबत दिल्यावाचून तिने त्यांना परत जाऊ दिले नसते!

एकदा ती मुले तेथे असतानाच काका आला. काकाला पाहून ती सारीजण भेदरून एकमेकांना बिलगली. जणू काका एखादा

राक्षस होता आणि आमच्या स्वयंपाक्याने त्यांना जे दिले होते ते तो हिसकावून परत घेणार होता! पण काकाने त्या मुलांकडे ढुंकूनही पाहिले नाही. तो त्यांच्या अंगावरून तसाच सरळ पुढे गेला.

गेले कित्येक दिवस काका जेव्हा कुरणावरून दौडत घरी परत येई तेव्हा त्याच्या डोळ्यांत कसली तरी एक सूक्ष्म अपेक्षा उमटलेली मला दिसे. तो कुणाच्यातरी आगमनाची वाट बघत आहे असे वाटे. आणि मग तीच अपेक्षा, तीच आशा माझ्याही मनात निर्माण होई. मी रोज स्वतःशीच म्हणे, 'उद्या ल्यूटी परत येईल. फ्रँक डॅगेटच्या एका बग्गीत बसून ती येईल. शहरात जाऊन दोन दिवसांनी परत यावे तशी ती येईल आणि तिला येथे आणून पोहोचवल्याबद्दल डॅगटेलाही आनंद अन् अभिमान वाटेल. काकाची मुद्रा तिला पाहून गंभीर होईल. पण तो तिला मुळीच वावग्या रीतीने वागवणार नाही, ती इतके दिवस कुठे होती याची तो चौकशी करणार नाही किंवा ज़्या बदमाषाने तिला फसवले होते, त्याच्याविषयीही तो अनुदार उद्‌गार काढणार नाही. तो अत्यंत प्रेमळ शब्दांत तिच्या प्रकृतीची विचारपूस मात्र करील. मग ती घरात नेहमीसारखी येऊन वावरू लागेल आणि मुलांना तिने उंच स्वरात मारलेल्या हाका कुरणावरील नोकरांच्या रोज कानी पडत जातील!'

पण जुलै महिना गेला. ऑगस्ट गेला तरी ल्यूटी परत आली नाही. मी पुन्हा पूर्वेकडील माझ्या कॉलेजमध्ये जावयास निघालो. मी जाण्याच्या आदल्या दिवशी संध्याकाळी काकाने मला आपल्या भल्याथोरल्या शय्यागृहात बोलावून घेतले. काका मला सेन्ट लुई येथील 'कॉन्व्हेन्ट'मध्ये असलेल्या 'मर्सीर्डिझ'या जोगिणीची भेट घ्यायला सांगेल व तिच्याजवळ ल्यूटीची चौकशी करण्याचे काम तो माझ्यावर सोपवेल अशी मला आशा होती. पण काकाने ल्यूटीच्या नावाचा उल्लेखदेखील केला नाही. मात्र माझ्याशी बोलता बोलता जवळच्या टेबलावर ल्यूटीचा एक हातमोजा पडला होता तिकडे तो वरचेवर दृष्टिक्षेप करीत होता. तो नाजूक, बायकी, चुरगळलेला हातमोजा जणू ल्यूटीच्याच नाजूक व सुसंस्कृत व्यक्तिमत्त्वाचा एक अविभाज्य भाग होता. काकाने त्या हातमोज्याकडे नजर टाकली आणि त्याच्या डोळ्यांत ती नेहमीची पूर्वपरिचित

आग धगधगताना मला दिसली. त्यानंतर सर्व सायंकाळभर काकाचे मला सारखे स्मरण होत होते; आणि मला एकसारखा त्रास होत होता की, मनात धुमसणाऱ्या निखाऱ्यांवर साचलेली राख हलवून काका ते निखारे पुन्हा फुलवीत आहे, प्रज्वलित करीत आहे!

त्या रात्री मी जेव्हा बिछान्यावर अंग टाकले तेव्हा इतकी मात्र पक्की खात्री झाली की, काकाने ल्यूटीच्या पुनरागमनाची आशा सोडून दिली होती. तिचा नाजूक गोरा हात त्या हातमोज्यासारखाच धसमुळेपणाने चुरगळला गेला होता, अवमानित झाला होता. त्याची बेअब्रू झाली होती. त्यामुळे ल्यूटी आता कुरणावरच्या आपल्या घरात पुन्हा कधीही परत येणार नव्हती. ज्या गावाने तिला गौरविले होते, त्या या गावात ती पुन्हा कधीही परत येणार नव्हती. अगदी आपल्या मुलाबाळांसाठी देखील परत येणार नव्हती.

●

११

त्यानंतरच्या तीन वर्षांतला माझा काही काळ मेडिकल स्कूलमध्ये गेला. या तीन वर्षांच्या अवधीत मी आमच्या कुरणावरील घराकडे एकदाही फिरकलो नाही. कुरणावरच्या वाळूचा एक कण किंवा तेथील गवताचे एक पातेही या काळात मी पाहिले नाही. या तीन वर्षांत सेन्ट लुई येथील हवामान अगदी कोरडे होते आणि मिसिसिपी नदीचा प्रवाहही रोडावून अगदी अरुंद झाला होता. पण सॉल्ट फोर्क येथून प्रसिद्ध होणाऱ्या साप्ताहिकांत कॅन्सासच्या उन्हाळी पावसाच्या बातम्या अगदी ठळक अक्षरात छापून येत. त्याचप्रमाणे या साप्ताहिकांत वसाहतवाल्यांच्या बातम्याही अत्याधिक प्रमाणात छापून येत होत्या. निर्वासित, वसाहतवाले, नवी वसती वसवणारे, शेतकी करणारे... अशा भिन्न भिन्न शब्दांनी त्यांचा उल्लेख करून त्यांच्यासंबंधी दिल्या जाणाऱ्या त्या बातम्या वाचल्या की, इतक्या दूर अंतरावरही मला माझा राग अनावर होई. माझ्या तळपायाची आग मस्तकाला जाऊन पोहोचे.

सॉल्ट फोर्कमध्ये रोजच्या रोज नवेनवे वसाहतवाले येऊन

थडकत होते. कुणी गाड्यांनी येत होते, तर कुणी आगगाडीने येत होते. कुरणावरची तपकिरी सुपीक जमीन नांगरून त्यांनी तेथे मका पेरावयास सुरुवात केली होती. सॉल्ट फोर्क जवळच्या टेकडीवर उभे राहून खाली नजर टाकली म्हणजे वसाहतवाल्यांनी पेरलेल्या गव्हाच्या व रायच्या हिवाळी पिकांचे तकतकीत मखमली हिरवेगार पट्टे दूरपर्यंत पसरलेले दिसत. ज्याअर्थी एकसारखा पाऊस पडत होता त्याअर्थी खुद्द परमेश्वरदेखील वसाहतवाल्यांच्याच बाजूचा होता, असे उद्‌गार जज्ज चेम्बरलेनने काढले होते. वसाहतवाल्यांची गव्हाची पिके उन्हात सोनेरी रंगाने झळझळत. त्यांच्या रायच्या पिकांची वाढ तर अशी जोमाने झाली होती की, कणसाचा धक्का लागला तर माणसाच्या डोक्यावरची टोपी उडून खाली पडे. त्यांच्या मक्याची शेते इतकी उंच वाढली होती की, घोडा व त्याच्यावर बसलेला स्वार हे दोघेही त्या पिकात पार गडप होऊन जात.

वर्तमानपत्रांतून वसाहतवाल्यांच्या प्रगतीचे हे असे भडक चित्र रंगवले जात होते, पण काकांची जी पत्रे मला येत त्यात मात्र कुरणावर वसती करून राहिलेल्या या निर्वासितांचा कधी चुकूनही उल्लेख केलेला नसावयाचा. काकाची जी पत्रे नेहमीसारखीच छोटी असत, त्यातल्या त्यांच्या हस्ताक्षरातून नहेमीचाच जोम आणि आवेश प्रतीत होई. प्रत्येक अक्षराचा फराटा चाबकाच्या फटकाऱ्यासारखा कागदावर उमटलेला दिसे आणि अधूनमधून अनेक शब्दांना अधोरेखित केले असे, तेही त्या शब्दांना काही विशेष महत्त्व असे म्हणून नव्हे, तर लिहिणाऱ्याच्या व्यक्तिमत्त्वातला जोम आणि उत्साह ओसंडत असे म्हणूनच!

या पत्रांतून काकाने मला कुरणावरच्या इतर बातम्याच लिहून धाडलेल्या असत. कुरणावरचे गवत जोमाने वाढत होते, गोमांस किती विपुल प्रमाणात निर्माण होत होते, माझ्या घोडीने एका शिंगराला नुकताच कसा जन्म दिला होता, आणि मुले माझी आठवण कशी वरचेवर काढीत होती, हे सारे काका मला न चुकता कळवी. पत्राखालची त्यांची सहीदेखील अगदी नेहमीसारखीच असावयाची; पण ज्या बातम्या काका मला पत्रांतून कळवीत नसे त्या इतर कुणाकडून तरी माझ्या कानांवर आल्याखेरीज राहत

नसत. काकाच्या आवडत्या घोड्याची-पॉम्पीची-वार्ता मला कळली ती अशी इतरांकडूनच. हा घोडा काकाच्या खास बैठकीचा असून त्याचा तो जिवापाड प्रिय होता. हा घोडा एकदा कसा कोण जाणे, निर्वासितांनी उभारलेल्या लोखंडी तारेच्या कुंपणात अडकला. तो जसजसा सुटण्याची धडपड करी तसतसा तो त्यात अधिकाधिक गुंतत जाई. शेवटी त्याचे अंग लोखंडी काटेऱ्याने रक्तबंबाळ झाले व त्याचे हाल न बघवल्यामुळे अखेर त्याला गोळी मारून ठार मारावे लागले. त्याचप्रमाणे काकाची गुरेवासरे कधी वसाहतवाल्यांनी चोरून मारावीत आणि त्यांचे खूर व शिंगे आमच्या नोकरांना सापडली म्हणजे मग आम्हाला त्या गोष्टींचा पत्ता लागावा. शेवटी तर मला वसाहतवाल्यांनी काकावर फिर्याद ठोकल्याचेही कळले. काकाच्या गुरांनी वसाहतवाल्यांच्या बागांत व पिकांत घुसून त्यांची नासाडी केली होती म्हणून त्यांनी काकावर फिर्याद केली होती व खटला जज्ज चेम्बरलेनसमोरच चालवायचा होता!

मी कुरणावरील आमच्या घरी येण्यापूर्वीच हा खटला संपून जाईल अशी माझी कल्पना होती. पण जुलै महिन्यात मी जेव्हा आगगाडीतून सॉल्ट फोर्क स्टेशनवर उतरलो तेव्हा सारे गाव वसाहतवाल्यांनी अगदी फुलून गेलेले मला दिसले. जणू त्यांची तेथे जत्राच भरली होती! चौकात त्यांच्या गाड्या दाटीवाटीने उभ्या होत्या आणि गावातल्या पदपथांवरून त्यांचे तांडेच्या तांडे हिंडत होते. गव्हाच्या व रायच्या भरलेल्या पोत्यांसारखी त्यांची शरीरे लठ्ठ व धष्टपुष्ट झाली होती. तट्टांच्या गर्दीत उमदा, धिप्पाड घोडा जसा वेगळपणाने उठून दिसतो त्याप्रमाणे वसाहतवाल्यांच्या बायका सामान घेण्यासाठी गर्दी करीत होत्या आणि दुकानदार त्यांची थट्टामस्करी करून व हसून त्यांचे स्वागत करीत होते. आपला माल त्यांनी खरेदी करावा म्हणून त्यांची आर्जवे करीत होते.

जुन्या 'एक्स्चेंज हाउस'च्या पायऱ्यांवर मी जेव्हा जाऊन उभा राहिलो तेव्हा समोरचा चौक मला ओळखूसुद्धा येईना, इतके त्याचे स्वरूप बदलले होते. ज्या चौकाच्या स्मरणाने माझे मन घरची आठवण येऊन व्याकूळ होई तो चौक हाच काय, असा

मला क्षणभर प्रश्न पडला. पूर्वीचे कोर्टही आता नाहीसे झाले होते. पूर्वी जेथे क्लॅन्सीचे नृत्यगृह होते तेथे आता तांबड्या लाल विटांनी बांधलेली कोर्टाची नवी झोकदार इमारत उभी होती. या नव्या इमारतीत जुन्या कोर्टाची काडीमात्रही ओळख पटत नव्हती. ती ‘पाइन’च्या गुळगुळीत फळ्यांनी बनविलेली होती. लोकांना बसण्यासाठी चर्चमध्ये असतात तसे लांब ओटे येथे तयार केले होते. काकाची भेट घेण्यासाठी मी जेव्हा कोर्टाच्या या नव्या इमारतीत गेलो तेव्हा तेथील सारा नोकझोक पाहून मी थक्कच होऊन गेलो. तेवढ्यात जज्ज चेम्बरलेन कोर्टात शिरला. त्याची आकृती नेहमीसारखीच उचं, धिप्पाड, सडपातळ व ताठ होती. त्याचे पिंगट केस नेहमीसारखेच उर्मट झोकाने कपाळावरून मागे फिरवलेले होते आणि त्याने आपल्या अंगावर जज्जाने घालावयाचा झोकदार काळा सूट चढवला होता. तो कोर्टात शिरताच तेथील सर्व लोक घाईघाईने उठून उभे राहिले. ही सर्व बदललेली स्थिती पाहून मला मोठा विस्मय वाटला. मग हेन्री मॅक्‌कर्टिनकडे माझी दृष्टी वळली. तोही फार बदलला होता. त्याचे गाल ओघळले होते. डोळे कपाळात खोल गेले होते आणि काकाची बाजू कोर्टापुढे मांडताना तो अशा केविलवाण्या रीतीने बोलत होता की, कुणालाही वाटावे, याला अर्धांगवायूचा झटका नुकताच येऊन गेला आहे की काय!

तथापि, परिस्थितीतला बदल मला सर्वांत अधिक तीव्रतेने जर केव्हा जाणवला असेल, तर तो काका जेव्हा कोर्टात प्रविष्ट झाला तेव्हा. काकाची उंच, धिप्पाड आणि गर्विष्ठ मूर्ती पाहून कुणाच्याच मनावर काहीही परिणाम झाला नाही. ज्या काकाला एकेकाळी येथील लोक चळाचळा कापत असत, त्याच काकाला आज कोर्टात आलेला पाहूनही कुणाला काहीच वाटले नाही. त्याच्या आगमनाबरोबर काही जणांनी तुच्छतेने व उपहासाने त्याच्याकडे ओझरती नजर टाकली व काही जण उपहासाने तोंडातल्या तोंडात पुटपुटले. ते मी पाहिले आणि जुना जमाना बदलल्याची खेदकारक जाणीव अत्यंत तीव्रतेने माझ्या काळजाला डसून गेली!

कोर्टातले कामकाज नेहमीसारखेच चालले होते. माझे तिकडे

लक्ष नव्हते. जज्ज चेम्बरलेन जेव्हा बोलावयाला उठला तेव्हा मात्र माझे लक्ष एकदम तिकडे वेधले गेले. चेम्बरलेनने काकाविरुद्ध दिला गेलेला सर्व पुरावा पंचांना नीट समजावून सांगितला. इतकेच नव्हे तर त्याच्या बोलण्याच्या धाटणीवरून मला असेही वाटले की, काकाला गुन्हेगार ठरवून पंचांनी त्याला भरभक्कम नुकसानभरपाई द्यायला भाग पाडावे असाच त्याचा प्रयत्न होता. माझे मन विषण्ण झाले. मला बारा-चौदा वर्षांपूर्वीचा एका दिवस आठवला. त्या दिवशी 'क्रॉस बी' या कुरणाचा मालक कोर्टाच्या दाराशी आला आहे, एवढी नुसती कुजबुजदेखील कोर्टातील लोकांच्या मनात भावनेचे तुफान उठवू शकत होती. आणि ज्या वेळी काका रुबाबदारपणे व डौलाने कोर्टात प्रविष्ट झाला होता त्या वेळी जज्ज व्हाईट इतकाच लोकांनी त्यालाही मान दिला होता. सारे कोर्ट काकाच्या नुसत्या अस्तित्वाने जणू विजेने भारल्यासारखे चैतन्यमय झाले होते. तो दिवस व तसेच इतर दिवस आता भूतकाळाच्या उदरात कायमचे गडप झाले होते!

काकाचा पराभव हळूहळू पण निश्चितपणे होत होता. पहिल्यांदा ल्यूटी त्याला सोडून गेली होती. मग आपले कुरण-तो गवती समुद्र- काका गमावून बसला होता. आणि आता पश्चिम दिशेकडचे वातावरण निरुपद्रवी झाल्यानंतर आणि ती बाजू वसतीला योग्य झाल्यानंतर हे निर्वासित लोकही काकाला मानायला तयार नव्हते. बारक्या बारक्या कुत्र्यांनी एखाद्याला वेढून त्याच्याभोवती नाचावे, भुंकावे नि सतावून सोडावे तसे या क्षुद्र लोकांनी काकाला वेढले होते. ते त्याच्यावर पंजे मारत होते. जमेल तसे व जमेल तेथून त्याचे लचके तोडीत होते. पण काका खरेच पराभूत झाला होता काय? मी त्याच्याकडे हळूच दृष्टिक्षेप केला. काकाची ऐट, त्याचा अंहकार, त्याचा ताठरपणा अजिबात मावळला नव्हता. पंचांनी त्याच्याविरुद्ध निकाल दिला तेव्हा कोर्टात जमलेल्या वसाहतवाल्यांकडे ढुंकूनही न बघता तो नेहमीच्या संथ... गंभीर चालीने आपल्या जागेवर जाऊन बसला. मला त्याचे कौतुक वाटले. काका आपली 'केस' हरला असेल; पण त्यामुळे काडीमात्र खचला नव्हता!

मी जेथे बसलो होतो तेथून मला काकाची फक्त पाठच दिसत होती. पण तरीदेखील त्याचे डोळे कसे धगधगत असतील, त्यात कसे निखारे फुलले असतील, याची मला सहज कल्पना करता येत होती. त्याचप्रमाणे ते डोळे चेम्बरलेनवर कसा आगीचा वर्षाव करीत असतील, तेही मला कोणी सांगावयास नको होते. ब्राइस चेम्बरलेनने काकाचा फार मोठा अपराध केला होता व त्याचे प्रायश्चित्त आज ना उद्या भोगल्याशिवाय त्याची सुटका होणार नव्हती. काळ कितीही बदलला असला तरी काकामध्ये काहीच बदल झाला नव्हता. काकाचा जर कोणी काही अपराध केला असेल, तर काका मरेपर्यंत ती गोष्ट विसरणारा नव्हता!

कोर्टाचे काम संपल्यानंतर मी तेथून बाहेर पडलो. काका शहरात आला त्या वेळी त्याने जिमी व ब्रॉक ही दोन्ही मुलेही आपल्याबरोबर आणली होती. ब्रॉकने जेव्हा मला पाहिले तेव्हा त्याने जिमीची हॅट ओढली, ती हवेत हलवली, जिमी त्याला पकडण्यासाठी धावला तेव्हा तो जवळच्या लाकडी पदपथावर चढला आणि हातातली हॅट जवळून जाणाऱ्या एका निर्वासितांच्या गाडीवर अडकवून देण्यासाठी तिकडे फेकली. पण ब्रॉकचा नेम चुकला आणि जिमीची हॅट खालच्या चिखलात पडली!

त्या रात्री मला क्षणभरही अशी कल्पना आली नाही की, ऋतुचक्राचा आणखी एक फेरा पूर्ण झाला होता, व तो चिखल आणि गव्हाने भरलेली ती गाडी सॉल्ट फोर्कमध्ये आता यापुढे क्वचितच पुन्हा नजरेला पडणार होती...

●

१२

त्या वेळी ज्या घटना घडल्या त्या केवळ त्या काळच्या परिस्थितीनुसार घडल्या असे मी मानले. पण आता जेव्हा त्या भूतकाळाकडे मी वळून पाहतो त्या वेळी त्या घटनांतील अपरिहार्यता मला जाणवते. जे नियतीने आधीच ठरवून ठेवलेले असते ते कोण टाळू शकेल बरे? वसाहतवाले नव्या वस्तीवर स्थिर झाले होते.

माझा काका व त्याची गुरे कुरणाच्या कडेला ढकलली जाऊन हजारो टेकड्यांवर ती विखुरली होती. ब्राइस चेम्बरलेन हा न्यायासनावर आरूढ झाला होता. आणि परेश्वराची नजर या साऱ्या घटना जागरूकपणे बघत होती. जे काही घडवायचे होते ते गोड, सुसह्य किंवा प्रगतीपर असे नव्हते; तर नियतीच्या नियमांना धरून न्यायनिष्ठुर असाच सर्व गोष्टींचा निवाडा व्हायचा होता. साऱ्या गोष्टी आधीच ठरून चुकल्या होत्या. ते अटळ भवितव्य माणसांच्या नजरेला आधी वाचता येत नव्हते, इतकेच काय ते!

कॅन्साच्या पश्चिमेकडे व इंडियन लोकांच्या सरहद्दीवर हवा बदलली आहे हे कळले तेव्हा मला विलक्षण आनंद झाला. आम्ही डॉक्टरी शिकणारे विद्यार्थी एरवी कधी देवाच्या अस्तित्वावर विश्वास ठेवावयाचे नाहीत; पण त्या वेळी मात्र मला वाटले की, देवाच्या घरी काही न्याय आहे. देव काही अगदीच झोपलेला नाही! मला आनंद झाला त्याला तसेच कारण होते. आमच्या भागात पावसाचे दुर्भिक्ष झाले होते. वसाहतवाल्यांच्या बायका पाऊस पडावा म्हणून देवाला आळवीत होत्या. वासहतवाले काकाच्या डबक्यातले पाणी उपसून नेत होते. अधिक जबाबदार वसाहतवाले आपापले सामान बांधून पश्चिमेकडे व उत्तरेकडे पुढे सरकत होते. जुलैच्या चार तारखेला एक भाषण केले त्यात त्याने असे म्हटले होते की, त्या प्रांताच्या इतिहासातला हा सर्वांत मोठा दुष्काळ होता. पण त्याच वेळी 'गुराखी' या सहीने वर्तमानपत्रांत एक पत्र प्रसिद्ध झाले होते. या अज्ञात पत्रलेखकाने दुष्काळ पडला आहे या गोष्टीचाच मुळी इन्कार केला होता. त्याचे म्हणणे असे होते की, मेक्सिको परगण्यात नेहमी पडते त्यापेक्षा ही हवा वेगळी नव्हती आणि आणि आपल्या विधानाच्या समर्थनार्थ त्या भागात उगवणाऱ्या रानटी गवताचा त्याने हवाला दिला होता. वसाहतवाल्यांची पिके... मका आणि गहू खुरटून गेली होती, पण हे गवत मात्र त्या ओसरत्या पावसाचाच ओलावा घेऊन अगदी सरसरून, जोमाने वाढले होते.

त्या वर्षाच्या वसंत ऋतूमध्ये मिसुरी परगण्यातून आणि पूर्व कॅन्सासमधून प्रवास करून मी जेव्हा घरी जात होतो, त्या वेळी गाडीच्या खिडक्यांना करड्या रंगाचे धुके बाहेरून चिकटले होते.

पण आगगाडी जेव्हा सखल भागातून उंच पठारावर चढू लागली तेव्हा धुके वितळून गेले, आभाळ निळ्या रंगाने झळकू लागले आणि मैदाने करड्या तपकिरी गवताने वाळून काळी झालेली दिसली. आणि गाडी जेव्हा सॉल्ट फोर्कच्या जवळ आली तेव्हा दुरून आभाळात उठणारे धुळीचे लोट माझ्या नजरेस पडले. सुकून कोरडी ठाक झालेली जमीन वसाहतवाले नांगरून बघत होते!

गाव सोडल्यापासून काकाची व माझी मध्यंतरी अजिबात गाठभेट झाली नव्हती. आता दुष्काळ पडल्यानंतर वसाहतवाल्यांची भली खोडकी मोडली अशा सुडाच्या आनंदाने काका बेहोष होऊन गेला असेल, अशी माझी कल्पना होती. गाडी स्टेशनात शिरली. मी फलाटावर उतरलो. काका स्वतःची आपली बग्गी घेऊन मला नेण्यासाठी स्टेशनवर आला होता. त्याच्या मुद्रेवरून त्याच्या मनातल्या विचारांचा मला थांग लागेना. काकाच्या चेहऱ्यावर काळाने खोल चरे ओढले होते. त्याच्या मिशा व डोकीवरचे केसही करडे होऊ लागले होते. पण त्याचे डोळे मात्र नेहेमीसारखेच काळेभोर होते. आणि त्यातली धगाई अद्याप जशीच्या तशी कायम होती. काका आणि मी कुरणावरील आमच्या घरी गेलो. एकेकाळी अत्यंत सुपीक असलेले कुरण आता कसे कोरडे आणि भकास दिसत होते. नजर टाकावी तिकडे तारांची कुंपणे दिसून येत होती. वसाहतवाल्यांनी उभारलेल्या काही झोपड्या रिकाम्या पडल्या होत्या. काही ढासळू लागल्या होत्या. आणि मध्येच एखाद्या सुकलेल्या वा सुकत चाललेल्या फळझाडावरून एखाद्या पक्ष्याचे कूजन कानी येई, ते या साऱ्या उद्‌ध्वस्ततेचा जणू उपहास करीत आहे असे वाटे!

आम्ही घरी जाऊन पोहोचल्यावर संध्याकाळ उलटून गेली होती आणि सर्वत्र काळोख पसरला होता. सावरीच्या व इतर वृक्षांच्या गर्द सावल्यांत लपलेले आमचे ते मातीच्या विटांनी बांधलेले घर एखाद्या जुनाट, पडक्या, विस्मृत किल्ल्यासारखे वाटत होते. सारा बेथ हल्ली एका कॉन्व्हेन्ट स्कूलमध्ये शिकत होती. मुले केव्हाच झोपी गेली होती.

घरी गेल्यावर आम्ही दोघे जेव्हा जेवणासाठी टेबलाशी बसलो तेव्हा घरात पडलेला फरक मला तीव्रतेने जाणवला. टेबलावर

पूर्वीप्रमाणे पांढरा स्वच्छ कपडा अंथरलेला नव्हता किंवा त्यावर मेणबत्त्याही लावून ठेवलेल्या नव्हत्या. फक्त छताला टांगलेला एक पितळी दिवा धूर सांडीत मंद पिवळसर प्रकाशाने खोली उजळीत होता. जेवणानंतर मी जेव्हा दिवाखान्यात आलो तेव्हा तेथे मुलांची घोड्यावरची खोगिरे, त्यांचे खेळ, त्यांचा इतर सर्व संरजाम अस्ताव्यस्त पसरलेला मला दिसला. पियानोच्या एकेकाळच्या चकचकीत, तुकतुकीत पृष्ठभागावर आता सगळीकडे मुलांच्या हातांचे छाप व त्यांच्या पायातल्या बुटांच्या खुणा उमटल्या होत्या.

दुसऱ्या दिवशी सकाळी मी जागा झालो तो मुलांच्या आरडाओरडीने व दंगामस्तीनेच. मुले फारच बेशिस्त अन् बेफाट झालेली दिसली. जरा वेळाने ती आपापल्या छोट्या तट्टांवर बसून फिरायला गेली तीसुद्धा केवढ्या वेगाने दौडत गेली! सारे घरच जणू बेफाट, बेशिस्त आणि आडदांड बनले होते. एके काळी या घरात सौम्य, सुसंस्कृत आणि कोमल वृत्तीच्या गृहिणीचा वावर होता हे आता कोणाला सांगूनसुद्धा खरे वाटले नसते. माझे मन अगदी खिन्न होऊन गेले.

"ल्यूटी इथून गेली आहे आणि एक काका वगळला तर बाकीच्या कोणाला तिची आठवणसुद्धा राहिलेली दिसत नाही." मी स्वतःशीच म्हणालो.

पण माझी ती समजूत खरी नव्हती. दुपारचे जेवण उरकल्यानंतर मी आमच्या कुरणाच्या ज्या भागात उद्याप निर्वासितांचा शिरकाव झालेला नव्हता त्या भागातल्या टेकड्यांवरून जेव्हा हिंडून आलो आणि नंतर गावात असलेल्या काही जुन्या परिचितांकडे जेव्हा मी चक्कर टाकली तेव्हा कर्नल ब्रूटनची देखणी पत्नी ल्यूटी हिचा लोकांना अद्याप मुळीच विसर पडलेला नाही, असे माझ्या प्रत्ययाला आले.

सध्या ल्यूटी कुठे आहे हे आपणाला निश्चित ठाऊक आहे, अशी बऱ्याच लोकांची समजूत होती. बॉब किंगमनची तरुण पत्नी म्हणे की, न्यू आर्लिन्समधील रस्त्यावर जोगिणीच्या वेषातल्या ल्यूटी ब्रूटनला आपण स्वतः डोळ्यांनी पाहिले होते व तिचा चेहरा अद्यापही पूर्वीइतकाच कोवळा व देखणा दिसत होता. 'बार

४४’ मध्ये नेहमी येणाऱ्या एका श्रीमंत गाडीवानाने पत्त्याच्या खेळात ल्यूटी त्याची पार्टनर असताना एक चांगले बक्षीस जिंकले होते. तेव्हापासून त्याला ल्यूटीविषयी विशेष आपुलकी वाटत असे. त्याला म्हणे ल्यूटी एकदा एका नृत्यगृहात दिसली होती. तिच्या अंगावर काळा रेशमी झगा होता आणि तिने गळ्यात व हातात चमचमणारे रत्नालंकार घातले होते. ल्यूटीची केशभूषा व रंगवलेला चेहरा त्याला एखाद्या नृत्यांगनेसारखा भडक व कृत्रिम वाटला होता व त्यामुळे ही स्त्री ल्यूटी नसावी असेही त्याच्या मनात येऊन गेले होते. पण त्या स्त्रीचे हातवारे आणि उत्तेजित होऊन जलद बोलण्याची पद्धत ही इतकी हुबेहूब ल्यूटीसारखी होती की, त्यामुळे ती ल्यूटीच असली पाहिजे याविषयी त्याच्या मनात संशयाला जागा उरली नव्हती. मॅक् कॅण्डल्स हा गृहस्थ एकदा काही कामासाठी वॉशिंग्टनला गेला होता व तेथे एका उघड्या गाडीत एका फॉरिन ॲम्बॅसडरशेजारी बसलेली एक सुंदर स्त्री त्याने पाहिली होती. तिचा चेहरा त्याला ओळखीचा वाटल्यामुळे त्याने तिच्याकडे जरासे न्याहाळून बघितले होते. त्याबरोबर त्या स्त्रीने लाजेने लाल होऊन मान बाजूला वळविली होती आणि मग ही स्त्री म्हणजे ल्यूटी ब्रूटन होती हे त्याच्या ध्यानी आले होते!

मायरा लेदरवुडची अशी कल्पना होती की, ल्यूटी एव्हाना हे जग सोडून गेली असली पाहिजे. पण या वेगवेगळ्या मतांपेक्षा आणि तर्कांपेक्षा मला रेल्वे सुपरिटेंडेंट बेडफर्ड यांनी सांगितलेली गोष्ट सर्वांत अधिक विश्वसनीय वाटत होती. कोलोरॅडो येथील एका चांदीच्या खाणीच्या तळाशी दरवर्षी जो सुप्रसिद्ध ‘सिल्व्हर बॉल’ साजरा होई त्याला बेडफर्ड एकदा हजर राहिले होते. या नृत्यासाठी वाद्यांचा मोठा संच आणवलेला होता. नृत्यभूमी घासून गुळगुळीत केली होती आणि ज्यातून पाणी आत ठिबकणार नाही अशा जाड कापडाचे छत वर उभारले होते. या ‘बॉल’च्या वेळी नृत्याचा कार्यक्रम ऐन रंगात आला असता जवळच्या कड्यावरून एक दगड कोसळून खाली पडला आणि त्यानंतर इतरही लहानमोठ्या धोंड्यांचा बराच वेळ वर्षाव होत राहिला. त्या वेळी नाचात सामील झालेले सर्व स्त्री-पुरुष घाबरून दूर पळाले. फक्त एक स्त्री मात्र

आपल्या जोडीदारबरोबर शांतपणे, निर्धास्तपणे तशीच नृत्य करीत राहिली व ती न घाबरल्यामुळे जोडीदारालाही तेथून पळ काढणे अशक्य झाले. एकीकडे धोंडे कोसळत होते व दुसरीकडे जणू काहीच झाले नाही, अशा थाटात ती स्त्री बोलत होती, हसत होती, थट्टामस्करी करीत होती. तिची ती निर्भय वृत्ती पाहून इतर स्त्री-पुरुषांनाही आपल्या भित्रेपणाची लाज वाटली व हळूहळू सारेजण पुन्हा नाचात सामील झाले. ही स्त्री सुपरिटेंडंट बेडफर्डना ल्यूटीसारखीच दिसली होती व मलाही ती ल्यूटीच असली पाहिजे असे खात्रीने वाटत होते. कारण हे सारे वर्णन केवळ ल्यूटीलाच लागू पडण्याजोगे होते. असा निर्भयपणा, अशी साहसाच्या निकटतेतही हसत-खेळत राहणारी निश्चिंत वृत्ती एक तिच्या बाबतीतच संभाव्य वाटत होती! बेडफर्डच्या तोंडून ती कथा ऐकताना माझे मन ल्यूटीच्या सहवासात येई तसेच पुन्हा एकवार भावनेने उचंबळून आले.

पण नंतर मला आढळून आले की, ल्यूटी ब्रूटनबद्दल आणखीही एक बोलवा लोकांमध्ये पसलेली होती. पहिल्यांदा ही गोष्ट माझ्या नीटशी ध्यानात आली नव्हती. सुरुवातीला मी पाहिले ते एवढेचे की, ज्या ज्या वेळी छोट्या ब्रॉकला बरोबर घेऊन मी सॉल्ट लेक गावी येई त्या त्या वेळी लोक त्याचे फार कौतुक करीत. ब्रॉकला कुणी काही विचारले तर तो मोठी चलाख उत्तरे देई. त्याच्या त्या उत्तरांचे लोकांना हसू येई व तशी उत्तरे त्याने आणखी द्यावीत म्हणून ते त्याला नाना तऱ्हेचे प्रश्न विचारीत. स्त्रियाही त्याचे फार लाड करीत. त्याला जवळ घेऊन, त्याच्या फिकट पिंग्या मऊसूत केसांवरून हात फिरवून त्याला केकचा तुकडा खाऊ घातल्याशिवाय बायकांना चैन पडत नसे. पुरुषमाणसे ब्रॉककडून गावातल्या काही ठरावीक व्यक्तींच्या नकला करून घेत. कारण तो नकला करण्यातही मोठा पटाईत होता. एकीकडे ब्रॉकच्या नकला चालू झाल्या म्हणजे दुसरीकडे माणसे परस्परांकडे अर्थपूर्ण कटाक्ष टाकीत आणि विशिष्ट अर्थाने माना हलवीत. खरे म्हणजे एवढ्यावरूनच त्यांच्या मनातली गोष्ट मला उमगावयाला हवी होती. पण डॉक्टरीचा अभ्यास करीत असलो तरी काही बाबतीतले माझे ज्ञान अद्याप फार

मर्यादित होते. त्यामुळे लोकांच्या त्या अर्थपूर्ण कटाक्षांचे किंवा त्यांच्या त्या माना डोलवण्याचे रहस्य मला उमगलेच नाही.

त्या साऱ्यांचा मला अन्वय लागला तो फार पुढे. ऑगस्ट महिना होता. सारा बेथ आपल्या कॉन्व्हेन्ट स्कूलमधून सकाळच्या गाडीने सॉल्ट फोर्कला येणार होती आणि आम्ही सर्व जण तिला उतरवून घेण्यासाठी सॉल्ट फोर्क येथे आलो होतो.

आम्ही आलो त्या वेळी गावतला चौक निर्वासितांच्या गाड्यांनी नेहमीसारखाच गजबजलेला होता. या वर्षी पडलेल्या दुष्काळाचा निदान बाह्यतः तरी त्यांच्यावर काहीच परिणाम झालेला दिसत नव्हता. माझ्या काकाचे एक मित्र डॉ. रीड यांनी मला आपला एक भावी व्यवसायबंधू या नात्याने 'व्हाईट एलिफन्ट सलून'मध्ये मद्यपानाचे आमंत्रण दिले होते. तेथे मी गेलो तेव्हा तेथील टेबलाशी अनेक वसाहतवाले मद्यपान करीत बसलेले मला दिसले. माझ्या काकाप्रमाणे गुरे पाळणाऱ्या कुरणमालकांचा एक लहानसा घोळका इतरांपासून जरा अलग होऊन बाजूला उभा राहिला होता. मी त्यांच्यातल्या अनेकांशी हस्तांदोलन करून त्यांच्याशी बोलत असता डॉ. रीड माझी प्रतीक्षा करीत गंभीर मुद्रेने जवळ थांबले होते. माझ्याशी ते कितीही संथपणे वागत असले तरी या वेळी त्यांचे मन मद्यपानासाठी कसे विलक्षण आतुर झाले होते ते मी ओळखू शकत होतो. ते इतके अतिरिक्त मद्यपान करीत की, माझ्या लहानपणी मला वाटे, त्यांच्या शरीरावरच्या निळसर रंगाच्या शिरांमधून रक्ताऐवजी दारूच वाहत असली पाहिजे.

आम्ही उभे होतो तेथून समोर मद्यालयाचे दार होते आणि त्या उघड्या दारातून समोरचे हॉल्डरनेसचे दुकान आम्हाला चांगले दिसत होते. या दुकानाच्या पोर्चच्या पायऱ्यांवर जिमी व ब्रॉक हे दोघेजण नेहमीप्रमाणेच कशावरून तरी एकमेकांशी भांडत होते आणि लहान मुलांच्या बाबतीत नेहमी घडते त्याप्रमाणे आतासुद्धा भोवती उभी असलेली माणसे मोठ्या खुबीने त्यांना अधिक चिथावून देत होती. त्यांचे भांडण जास्त पेटवीत होती. ती दोन्ही मुले एकमेकांसमोर उभी होती. जिमी सावळा, कृश असून आपल्या बापाची तो हुबेहूब प्रतिमा दिसत होता. ब्रॉक त्याच्या नाकावर

ठोसा देण्याच्या आविर्भावाने मूठ वळवून अगदी पवित्र्यात उभा होता. त्याची टोपी डोक्यावरून मागे सरकली होती आणि हनुवटीखालच्या चामड्याच्या पट्ट्यामुळे ती पाठीवर लोंबकळत राहिली होती. त्याचे पिंगट चमकदार केस उन्हात सोन्यासारखे चमचमत होते.

आणि मग ती घटना घडली. माझ्या जवळ उभा असलेला एक वसाहतवाला दाराकडे सरकत म्हणाला,

"मला वाटतं, चेम्बरलेनचं पोरगंच जिंकणार शेवटी!"

त्याचे ते शब्द माझ्या कानावर पडले मात्र, एका क्षणात त्या शब्दांच्या भयानक अर्थाचा माझ्या मेंदूत स्फोट झाला. ल्यूटीची देखणी, सडपातळ, नाजूक मूर्ती माझ्यासमोर उभी असल्याचा मला भास झाला व हे शब्द हसत हसत बोलणारा तो माणूस तिच्या तोंडावर पचूकन थुंकल्यासारखे मला वाटले. माझ्या भोवताली उभे असलेले कुरणांचे मालक स्तंभित झाले होते. मी सर्वांवरून एकवार नजर फिरवली आणि सुकलेले गवत वणव्याने एकदम भडकावे तसा एक विलक्षण तीव्र आणि उत्कट संताप माझ्या शरीराच्या कणाकणांत पेटून उठला! मी डॉक्टरी पेशाचे शिक्षण घेणारा एक विद्यार्थी होतो आणि लवकरच माझ्या ज्ञानाचा उपयोग माणसांचे प्राण वाचविण्याकडे मी करणार होतो. शिक्षणाने शांततेचे, सभ्यतेचे नि सौजन्याचे जे पातळ कवच माझ्या व्यक्तित्त्वावर चढवले होते ते एका क्षणात काचेसारखे फुटून गेले आणि कुरणावर सर्व आयुष्य घालवणाऱ्या आडदांड नि रानटी ब्रूटन घराण्याचे रक्त माझ्या नसानसांत पुन्हा उसळ्या मारू लागले. मी लगेच तेथून बाहेर पडलो आणि मद्यालयात येणाऱ्या गिऱ्हाइकांची पिस्तुले नि रायफली जेथे ठेवल्या जात त्या जागेकडे जाऊ लागलो. गिऱ्हाइकांना दारूचे पेले भरून देणारा नोकर कुठे लपला कोण जाणे! कुरणाचे मालक असलेली गिऱ्हाइकेही घाईघाईने माझ्या वाटेतून बाजूला सरकली. मी केव्हा एक पिस्तूल हातात उचलून घेतले नि केव्हा त्याचा चाप ओढला हेदेखील माझ्या ध्यानात आले नाही. मला कळले ते एवढेच की, ऐनवेळी मोठी चपळाई करून डॉ. रीड यांनी माझ्या हाताला एक झटका दिला. त्यामुळे पिस्तुलाचा नेम चुकला. पिस्तुलाची

गोळी जाता जाता वर छताला लटकवलेल्या पितळेच्या दिव्याला चाटून गेली आणि त्यात भरलेले तेल खालच्या टेबलावर ठिबकू लागले. त्या क्षणी मला डॉ. रीडचाही इतका संताप आला की, त्यांच्यावरसुद्धा गोळी झाडून त्यांना मारावे, अशी अनावर ऊर्मी माझ्या मनात उठली!

पिस्तुलाचा 'ठो' असा आवाज ऐकल्याबरोबर चौकात जमलेली माणसे मद्यालयाच्या दाराशी गर्दी करून आत डोकावून पाहू लागली. पण दुसऱ्याच क्षणी ती गर्दी हाताने बाजूला सारीत माझा काका दाराशी येऊन उभा राहिला. नाकपुड्या हलवून तो पिस्तुलाच्या नळीतून निघणाऱ्या धुराचा वास घेऊ लागला आणि त्याचे काळेभोर भेदक डोळे मद्यालयातील सर्व माणसांवरून फिरले. मी एका बाजूला उभा राहिलो होतो. ज्याचा नेम नुकताच चुकला होता ते सहाबारी पिस्तूल अजूनही माझ्या हातात होते.

"हा काय प्रकार आहे हॉल?" माझ्यावर नजर रोखून कठोर स्वरात काकाने मला प्रश्न केला.

मला काकाच्या नजरेला नजर भिडवण्याचे धैर्य होईना. ओठ घट्ट मिटून आणि मान खाली घालून मी स्तब्ध उभा राहिलो. काही पळे तशाच निःशब्द अवस्थेत गेली. तो अल्पावधी मला केवढा तरी दीर्घ वाटला!

मी उत्तर देत नाही असे पाहून काका तेथे असलेल्या कुरणमालकांपैकी एकाकडे वळला आणि त्याने त्याला विचारले, "काय झालं वॉल्ट? इथं आता कुणी काही बोललं काय?"

वॉल्टच्या बिचाऱ्याच्या तोंडून काहीच शब्द फुटेना. त्याने आपली मान कोणत्या अर्थाने कोण जाणे हलविली, पण एव्हाना त्याच्या कपाळावरून घामाचे टपोरे थेंब ठिबकत होते! काका क्षणभर त्याच्याकडे टक लावून बघत राहिला आणि मग त्याच्या चेहऱ्यावर एक विचित्र भाव पसरला. मग त्याने तेथील इतर लोकांच्या नजरेच्या अनुरोधाने आपली दृष्टी फिरवली तेव्हा जिमी व ब्रॉक यांच्याकडे त्याचे लक्ष गेले. ती दोन्ही मुले आता मद्यालयात आली होती आणि आमच्यापासून काही अंतरावर उभी होती. एकाचे काळेभोर केस अन् दुसऱ्याचे फिके पिंगट, चकचकीत.

त्यामुळे ती दोघे शेजारी उभी राहिल्यानंतर त्यांच्या रंगारूपातला फरक विरोधाने अधिकच नजरेत भरत होता!

काका त्या दोन्ही मुलांकडे एक संपूर्ण मिनिटभर अगदी निरखून, न्याहाळून बघत होता. मीही त्यांच्याकडेच बघत होतो. त्यातला त्यात ब्रॉककडे मी विशेष बारकाईने बघत होतो. त्याचे ते पिंगे चमकदार केस, डोळ्यांतली ती गर्द निळी छटा आणि त्याचा आनंदी उत्सुक चेहरा हे सारे त्या एका मिनिटात मी अगदी निरखून पाहून घेतले. त्याचे सारे बाळपण, त्याचे खेळ, त्याच्या खोड्या... चित्रपटांत दिसाव्यात तशा माझ्या डोळ्यांपुढून सरकून गेल्या. तो अगदी आपल्या आईसारखाच होता. त्याने कसलीही खोडी केली किंवा कोणताही गुन्हा केला तरी ल्यूटीप्रमाणेच त्याच्या सहज आणि स्वाभाविक माधुर्याने माणूस भारून जाई अन् मग त्याला शिक्षा करणे कधीच कुणास जमत नसे. निर्वासित लोक जेव्हा आमच्या कुरणावर येऊन वस्ती करून राहिले तेव्हा इतर सर्व मुलांपेक्षा ब्रॉकचाच त्यांच्याकडे अधिक ओढा होता हेही मला आठवले, आणि माझा काका काडीमात्र भेदभाव किंवा पक्षपात न करता दोन्ही मुलांना सारख्याच वात्सल्याने अन् प्रेमाने कसे वागावी, त्याचेही मला स्मरण झाले. काकाने कोणतीही वस्तू आणताना ती एकट्या मुलाला म्हणून कधी आणली नव्हती. जे काय घ्यायचे ते दोन्ही मुलांना घेऊन द्यायचे अशी त्याची पद्धत असे. शिक्षा करताना मात्र, ब्रॉकचा खोडकरपणा जिमीपेक्षा जास्त असला तरी काका कडक शासन करी ते मात्र जिमीलाच. त्यामुळेच तर त्या दोन्ही भावंडांत दिसून येणारी तीव्र स्पर्धा प्रथम निर्माण झाली नसेल ना, असाही विचार माझ्या मनात डोकावून गेला.

त्या दोन्ही मुलांकडे काही वेळ निरखून पाहिल्यानंतर काकाने आमच्याकडे तोंड वळवले. त्याच्या चर्येवर, विशेषतः डोळ्यांत, भयंकर उग्र, क्रूर भाव पसरला होता.

"कोणत्या कुत्र्याला काही घाणेरडं बोलायचं असेल तर त्याने तो आत्ता, माझ्या समोर येऊन बोलण्याचं धाडस करावं. असेल कुणाची छाती तर या पुढं, अन् बोला काय बोलायचंय ते!" त्याने सर्वांवर नजर फिरवून त्यांना आव्हान दिले.

कुणाच्याही तोंडून अवाक्षरही निघाले नाही. सर्वत्र संपूर्ण शांतता पसरली होती. त्यामध्ये दिव्यांतून ठिबकणाऱ्या तेलाच्या थेंबांचा आणि बाहेर उभ्या असलेल्या एका घोड्याने मान हलवली तेव्हा त्याच्या तोंडातल्या लगामाच्या लोखंडी साखळ्यांचा आवाज केवढा तरी प्रचंड वाटला. कोणी काही बोलत नाही असे पाहून काकाच्या चेहऱ्यावर तुच्छतेने हसे उमटले. त्याने मुकाट्याने मान हलवून मला तेथून निघण्याची खूण केली. मुले आधीच दाराबाहेर पडली होती. त्यांच्या पाठोपाठ मी व माझ्या पाठोपाठ काका असे आम्ही सर्व जण तेथून जावयास निघालो.

मद्यालयातली माणसे भयचकित नजरेने आमच्याकडे टकमक बघत होती!

ब्रॉक

१३

त्यानंतर पुढली काही वर्षे एक फ्रेंच सर्जनच्या हाताखाली असिस्टंट म्हणून काम करण्यात मी घालवली. या काळात ब्रॉकसंबंधी मी विचार केला नाही असा एकही दिवस कधी गेला नसेल. ब्रॉकसंबंधीच्या माझ्या ज्या ज्या आठवणी होत्या त्या साऱ्या आलटून-पालटून माझ्या मनात उचंबळून येत. छोटा ब्रॉक कधीकधी धर्मगुरूचे सोंग घेई आणि कुरणावर चरणाऱ्या गुरांना उंच आवाजात स्तोत्रे म्हणून दाखवी. तर कधी त्यांच्यापुढे तो प्रार्थनागीते गाई. कधीकधी निर्वासितांच्या मुलांमध्ये मिसळून त्यांचा नायक म्हणून तो त्यांच्यावर सत्ता गाजवी. एकदा तर त्याने एका कुत्र्याच्या पिलांना बंडखोर म्हणून गेटजवळच्या खांबावर खोटेखोटे फासावर चढवले होते! आमच्या कुंपणावर निर्वासित लोक येऊन वसती करून राहिले तेव्हा त्यांच्या मुलांना ब्रॉक आपल्याबरोबर खेळायला घेईन येई आणि त्यांना बिस्किटे, केक, सरबत असे तो आग्रहाने खाऊपिऊ घाली. ब्रॉक थोडा मोठा झाला तेव्हा घोड्यावर बसून दौड करणे हा त्याचा आवडता खेळ होऊन बसला. घोड्यावर बसण्याइतकेच पियानो वाजवणेही त्याला प्रिय होते. ल्यूटीच्या पियोनावर तयची गोरीपान बोटे चपलतेने चालत असत. पण तीच नाजूक, गौरवर्ण,

सडपातळ बोटे पिस्तुलाचा चाप दाबण्यातही तेवढीच कुशल होती. कारण ब्रॉक नेमबाजीत अत्यंत हुशार होता. टोमॅटोच्या रिकाम्या डब्यावर पिस्तूल रोखून पन्नास पावलांच्या अंतरावरून त्याला बरोबर टिपणे हा ब्रॉकच्या हातचा मळ होता. घोड्यावर बसण्याची, पिस्तुलाने नेमबाजी करण्याची, पियानो वाजवण्याची अत्यंत आवड असलेला हा मुलगा आपल्या आईइतकाच बोलका अन् लाघवी होता. त्याच्या सहवासात आलेला कोणीही माणूस त्याच्या वागण्यातील-बोलण्यातील आकर्षकतेने मोहून गेल्याविना राहत नसे. ब्रॉकच्या स्वभावात हा गोडवा जसा होता त्याप्रमाणे त्याच्या ठिकाणी विलक्षण धूर्तपणाही होता. हा त्याचा धूर्तपणा जज्ज चेम्बरलेनला साजेसाच होता. ब्रूटन घराण्यात पिढ्यान्पिढ्या नांदत आलेला धाडसीपणा व शौर्य हे गुण त्याने उचलले होते. आपल्या आईची विलक्षण मोहकता आणि वृत्तीचे औदार्य हेही त्याच्यामध्ये उतरले होते. यामुळे ब्रॉकचे व्यक्तिमत्त्व हे एक मोठे आकर्षक रसायन झाले होते. जितका गोड तितकाच तिखट, जितका लाघवी तितकाच लबाड असा हा मोठा विलक्षण मुलगा होता. मी त्याच्यासंबंधी जो जो विचार करी तो तो त्याच्या बाळपणातले अनेक प्रसंग मला आठवत. त्याच्या स्वभावाचे वेगवेगळे पैलू त्यातून चमकताना मला दिसत आणि त्याचे पिसासारखे पिंगे मऊसूत केस एकसारखे माझ्या मनात खोल कुठे तरी भुरभुरत असत.

त्यानंतर एकदा काकाने मला तार करून सॉल्ट लेक गावी तातडीने बोलावून घेतले. डॉ. रीड हे मृत्युशय्येवर पडले होते. एक्स्चेंज हाउसमधील त्यांच्या खोलीतच त्यांचा मुक्काम होता. त्यामुळे मी डॉक्टरांच्या अखेरच्या दिवसांत त्यांची शुश्रूषा करावी व त्यांच्या आजारामुळे गावात डॉक्टरांची उणीव जाणवत असल्यामुळे माझी 'प्रॅक्टिस'ही मी येथेच करावी, अशी काकाची सूचना होती.

सॉल्ट लेकला जाऊन पोहोचल्यानंतर मी जेव्हा स्टेशनावरून तडक 'एक्स्चेंज हाउस'वर गेलो तेव्हा डॉ. रीड बेशुद्धावस्थेतच होते. मला करता येतील ते उपचार करावयास मी मुळीच विलंब लावला नाही. पण रीड आता अगदी अखेरच्या अवस्थेत गेले असल्यामुळे त्या उपचारांचा फारसा उपयोग होण्याजोगा नव्हता.

त्यांचे मद्यपानही हल्ली थांबले होते. मला किंवा काकाला ओळखण्याइतकीही जाणीव त्यांच्या ठिकाणी राहिली नव्हती. मी डॉ. रीडच्या खोलीत आलो तेव्हा काका तेथेच एका खुर्चीवर धूम्रपान करीत मूकपणे बसून राहिला होता. डॉ. रीडची प्रकृती निरामय होती तेव्हाचे दिवस मला आठवले. त्या वेळीही हे दोघे मित्र असेच जवळ जवळ खुर्च्या टाकून तासन्तास एकमेकांशी अवाक्षरही न बोलता नुसतचे धुम्रपान करीत राहत. पण ती निःशब्द जवळीकही त्यांना फार हवीशी वाटे. आता काकाला तशा अवस्थेत बसलेला पाहून मला आतल्या आत कसेसेच वाटले.

डॉ. रीडची शुश्रूषा करण्यासाठी एक मेक्सिकन स्त्री ठेवलेली होती. मला पाहताच आपल्या भाषेत ती मला म्हणाली, ''डॉक्टरांचे विचार आता या जगातले राहिलेच नाहीत मुळी. त्यांना दुसऱ्याच जगाचे वेध लागले आहेत.''

डॉ. रीडची मी शुश्रूषा करीत असता एकदा ब्रॉक अचानक त्या खोलीत आला होता. त्याची ती गोरीपान, नाजूक, सडपातळ आणि उंच आकृती जेव्हा एकदम घाईघाईने खोलीत घुसली तेव्हा क्षणभर मी चांगलाच चमकलो. पुरुषवेष धारण केलेली ही ल्यूटीच अकस्मात अवतीर्ण झाली की काय, असाच क्षणभर मला भास झाला. ब्रॉकने आत येताच माझ्याशी जोराजोराने हस्तांदोलन केले. जुगारात त्याला मिळालेले सोन्याचे एक नाणे त्याने मला दाखवले. जवळच्या बिछान्यावर डॉ. रीड हे आयुष्यातले अखेरचे क्षण मोजीत पडले होते. एकेकाळी सुदृढ व भव्य असलेले त्यांचे शरीर आता हडकुळे झाले होते. विझून गेलेला निखारा दिसतो तसे ते कळाहीन वाटत होते. पण ब्रॉकने तिकडे फारसे लक्ष दिले नाही. देण्याची त्याला जणू आवश्यकताच भासली नाही. तो बोलत होता, हसत होता. माझी थट्टामस्करी करीत होता. एखाद्या कुबट, अंधाऱ्या खोलीत बाहेरच्या मोकळ्या ताज्या जोरदार वाऱ्याची झुळूक यावी आणि तेथील सारे वातावरण ढवळून निघावे तसे ब्रॉकच्या आगमनाने त्या रुग्णशय्येभोवती एकदम चैतन्य निर्माण झाले. डॉ. रीडचे डोळे उघडेच होते. पण त्यात जाणीव नव्हती. ब्रॉकचा आवाज त्यांच्या कानी पडला आणि त्या भावशून्य डोळ्यांत

किंचित ओळख उमटल्यासारखी मला वाटली. एखाद्या खोल कोरड्या विहिरीत माणसाने हाती दिवा घेऊन उतरावे अन् त्या दिव्याच्या मिणमिणत्या उजेडाच्या साह्याने विहिरीतील काळोखात त्याने काही वस्तू शोधायचा प्रयत्न करावा त्याप्रमाणे डॉक्टरांच्या डोळ्यांतली ती जाणिवेची चमक काहीतरी धुंडाळीत होती!

थोड्या वेळाने ब्रॉक तेथून निघून गेला. खालच्या लाल संतरजीवर उमटणारी त्याची पावले व त्याच्या ओठांतली शीळ यांचा आवाज अस्पष्ट होत होत शेवटी नाहीसा झाला. डॉ. रीड प्रयत्नांची पराकाष्ठा करीत बिछान्यावर उठून बसू लागले.

"मिसेस ब्यूटन केव्हा परत आली?" माझ्याकडे निरखून बघत, अडखळत त्यांनी मला प्रश्न केला.

मी चपापलो. पलीकडे खुर्चीवर बसून सिगारेट ओढणाऱ्या काकाकडे मी हळूच दृष्टिक्षेप केला. काका काही बोलला नाही; पण त्याचे सिगारेटचे झुरके मात्र एकदम थांबले.

"मी तर तिला पाहिलेलं नाही डॉक्टर!" मी हळूच पुटपुटलो. माझे ते शब्द कानी पडताच वाऱ्यात मेणबत्ती विझवून जावी तसे डॉक्टरांच्या डोळ्यांत उमटलेले चैतन्य नाहीसे झाले आणि त्यांनी पुन्हा बिछान्यावर अंग टाकले. त्यांचे लांबलचक फिकट हात अंगावरच्या पांघरुणावर सैल होऊन विसावले; पण माझी छाती नंतरही किती तरी वेळ धडधडत होती. आज कित्येक वर्षांनी ल्यूटीचे नाव प्रत्यक्ष कुणी उच्चारलेले मी व काकांनी प्रथमच ऐकले होते!

आणखी दोन आठवड्यांनी डॉ. रीड यांचे निधन झाले. व्हर्जिनिया परगण्यातील हिरव्यागार समृद्धीत त्यांचे बाल्य गेले होते आणि आम्ही त्यांना आमच्या भागातल्या एकाकी आणि रुक्ष अशा दफनभूमीत अंतिम चिरनिद्रेसाठी ठेवले. माझे मन त्या विचारानेच पुन:पुन्हा विव्हल होत होते. पण डॉ. रीडच्या दफनासाठी स्मशानभूमीत जे लोक जमले होते त्यापैकी किती जणांच्या मनात हा विचार आला असेल कुणास ठाऊक! त्यापैकी बहुतेक साऱ्यांच्या नजरा चोरून पुन:पुन्हा ब्रॉककडे वळत होत्या. तो आता माझ्यापेक्षाही अधिक उंच झाला होता आणि त्याचे पिसासारखे मऊ पिंगट केस

वाऱ्यावर भुरभुरत होते; आमच्या पलीकडे जज्ज चेम्बरलेन उभा होता. त्याची सडपातळ आकृती आता जरा लठ्ठ दिसत होती. अधिकाराची आणि वैभवाची कांती त्याच्या सर्वांगावर तळपत होती. सुखवस्तूपणाचे तेज त्याच्या हालचालीत प्रकट होते. त्याने आपल्या अंगात लांब काळा कोट घातला होता आणि आपली टोपी हातात काढून घेतली होती. त्याचेही केस पिंगट होते. पण आता वयोमानानुसार कानशिलावर ते रुपेरी करडे होऊ लागले होते. तथापि, कपाळावरून झोकाने मागे वळण्याची त्यांची लकब अद्यापही नाहीशी झाली नव्हती. एकीकडे उंच, सडसडीत, ऐटबाज ब्रॉक व जवळच दुसरीकडे जज्ज चेम्बरलेन या उभयतांना शेजारीशेजारी पाहून लोकांचे डोळे तिकडे फिरून फिरून का वळत होते व त्यांच्या मनात कोणता विचार येत होता, हे न कळण्याइतका मी निर्बुद्ध नव्हतो.

त्यानंतरच्या काळातल्या, काका व ब्रॉक यांच्यासंबंधीच्या माझ्या ज्या आठवणी आहेत त्या साऱ्या आयोडोफॉर्म आणि कार्बालिक ॲसिड यांच्या वासाने माखलेल्या आहेत. डॉ. रीडचा जो दवाखाना होता त्या जागीच मी माझाही दवाखाना उघडला. पांढऱ्या रंगाने रंगविलेली उघडी कपाटे तेथे भिंतीशी ओळीने लावून ठेवली होती व त्यांच्या कप्प्यांमधून औषधांच्या बरण्या आणि बाटल्या व्यवस्थितपणे ठेवलेल्या होत्या. छताला एक हिरव्या काचेचा दिवा लटकत होता. एका भिंतीशी ऑपरेशनचे टेबल होते. त्याची पाठ चामड्याने मढवलेली होती व त्यावर माझी शस्त्रक्रियेची उपकरणे नेहमी अस्ताव्यस्त पडलेली असत. एका कोपऱ्यात हाडांचा सांगाडा काळजीपूर्वक उभा करून ठेवला होता. मला समजावयास लागले तेव्हापासून डॉ. रीडच्या ऑफिसात हा सांगाडा मी सतत पाहत आलो होतो.

सॉल्ट फोर्क गावी येऊन मी तेथे स्थायिक झाल्यावर एक वर्षही लोटले नसेल तो ब्रॉकने तेथे मिळवलेली अफाट प्रसिद्धी माझ्या ध्यानात येऊन चुकली. सॉल्ट फोर्क येथील 'व्हाईट एलिफंट सलून'मध्ये आमच्या गावातल्या सुप्रसिद्ध जुगारी इन्ग्रॅम कार्टर यांचे एक मोठे तैलचित्र भिंतीवर टांगलेले होते. ब्रॉकने जणू दुसरा इन्ग्रॅम

कार्टर होण्याचा चंग बांधला होता. जुगार खेळण्यात तो मोठा पटाईत झाला होता. त्याचा उंच सडपातळ बांधा, पिंगे केस, देखणे रूप अन् वागण्यातले-बोलण्यातले आर्जव यामुळे नृत्यगृहात जमणाऱ्या स्त्रियांचीही त्याने मर्जी संपादन केली होती. पत्ते खेळणे, पियानो वाजवणे यात तर त्याचा हातखंडा होताच आणि हल्ली वसाहतवाल्यांपैकी एकाची पोरगी बरोबर घेऊन आपल्या लाल चाकांच्या बग्गीतून तो रस्त्याने झोकाने चकरा मारतानाही अनेकदा दिसे! वसाहतवाल्यांच्या मुलांना चॉकलेट घेऊन देण्याबद्दल जशी त्याची ख्याती होती, त्याप्रमाणे मिसेस ऑल्सन आपल्या बदकांना दाणे घालीत असता घोड्यावरून भरधाव जाणाऱ्या ब्रॉकने त्यांना गंमत म्हणून पिस्तुलाने टिपून तिच्या शिव्याही खाल्ल्या होत्या!

आणि याच ब्रॉकच्या वृत्तीत भाविकपणाचीही एक सूक्ष्म लकेर होती. आपल्या आईची मैत्रीण मायरा नेदरवुड हिला तो नेमाने चर्चला घेऊन जात असे. पण चर्चला नियमाने जाणारा हाच ब्रॉक टोपी बेफिकीरपणे डोक्यावरून मागे सरकली आहे, केस पिंजारले आहेत, डोळ्यांत चमक निर्माण झाली आहे, अशा थाटात 'व्हाईट एलिफंट' किंवा 'डच चार्लीज' या जुगाराच्या अड्ड्यांवर बेहोषपणे जुगारही खेळताना दिसत असे आणि अशा वेळी शंभर-शंभर, दोनदोनशे डॉलर हरला तरी त्याला फिकीर वाटत नसे. हे पैसे जुगार अड्ड्यावरील कारकुनाने स्वतः भरून त्यांचा हिशेब वहीत लिहून ठेवायचा आणि मग काका शहरात गेला की, त्याने निमूटपणे तेवढा चेक लिहून देऊन ते पैसे फेडण्याची व्यवस्था करावयाची! काकाचे ब्रॉकवर फार प्रेम होते व तो त्याचे लाडही खूप करीत असे, याचाच हा एक पुरावा नव्हता काय?

एकंदरीने ब्रॉकचे व्यक्तिमत्त्व हे मला एखाद्या गूढ, रहस्यमय कोड्यासारखेच वाटत होते आणि हे कोडे सोडवण्याचा मी जो जो प्रयत्न करी तो तो ते अधिकच गुंतागुंतीचे असल्याचे माझ्या प्रत्ययाला येई. पण ब्रॉक जरी मला एखाद्या कोड्यासारखा वाटला तरी तो मला आवडत असे. याचे कारण त्याची आईही मला फार आवडत असे. कोवळ्या संवेदनाक्षम वयात ल्यूटीला मी प्रथम पाहिले होते. स्त्रीत्वाचे जे अनिवार आकर्षण असते ते तिच्या

बाबतीतच मला प्रथम स्पष्टपणे जाणवले होते. कोवळ्या तरुण मुलाला प्रौढ व लावण्यसंपन्न स्त्रीबद्दल जी आदरयुक्त आपुलकी वाटते, ती मला ल्यूटीबद्दल सतत वाटत आली होती. त्यामुळे इतरांचे मन मध्यंतरीच्या काळात तिच्याविषयी कितीही कलुषित झाले असले तरी मला मात्र क्षणभरही तिच्याबद्दल कधी अनादर वाटला नाही. ल्यूटीबद्दलचे हे माझे मत पालटून चार सर्वसामान्य माणसांसारखा तिच्याविषयी विचार करण्याची पाळी दैवाने माझ्यावर आणली ती एका वसंत ऋतूत.

त्या वेळी कुरणावरील एका निर्वासित स्त्रीने आत्महत्या करण्याचा प्रयत्न केला होता. ती त्यातून कशीबशी वाचली. पण तिची प्रकृती अत्यंत खालावली होती. तशात तिला एक लहान मूलही होते. अशा वेळी डॉक्टरने तिच्यापासून पन्नास मैलांच्या अंतरावर राहावे, ही गोष्ट मला बरी वाटली नाही. मी कुरणावरच मुक्काम ठोकला. नंतर ती स्त्री बरी झाली. ते प्रकरण आटोपले. पण हे सारे होईतो मी विलक्षण थकून गेलो होतो. मी डॉक्टर आहे हे मला विसरून जावेसे वाटले. मी पुन्हा कुरणावर वाढणारा जणू एक लहान मुलगा झालो. कुरणावरील आमच्या घरात, काकाच्या सहवासात, लहानपणाच्या सार्‍या पूर्वपरिचित वस्तूंच्या सान्निध्यात एखादी तरी रात्र काढावी, अशी मला उत्कंठा वाटू लागली व त्याप्रमाणे मी कुरणावरील आमच्या घरी आलो.

मी घराकडे येत होतो त्या वेळी काळोख पडला होता आणि अनेक वर्षांपूर्वी झगमगत असत तशाच आताही घराच्या दहा-बारा खिडक्या आतल्या उजेडाने झगमगत होत्या. मी घराकडे चाललो आहे या कल्पनेने माझे मन एकदम आनंदाने भरून गेले आणि दरवाजा उघडून बाहेरच्या मोठ्या दिवाणखान्यात मी जेव्हा प्रवेश केला तेव्हा तर मध्यंतरी इतकी वर्षे उलटून गेली आहेत हेच मुळी मला खरे वाटेना. मी अद्यापही एक कोवळा पोरसवदा तरुण आहे असेच मला वाटू लागले आणि या घरात अद्यापही गृहिणीचा वावर होत असावा, असा मला भास झाला. पण लवकरच त्या भासाचे कारण मला उमगले. जेवणघराच्या दारातून सारा बेथ धावत बाहेर आली आणि हसत हसत तिने माझे स्वागत केले. ती आता

आपल्या आईइतकी उंच झाली होती. पांढरा शुभ्र झगा व कमरेभोवती बांधलेला लालभडक रंगाचा कापडी पट्टा यामुळे तिचे कोवळे सौंदर्य अधिकच खुलून दिसत होते. तिने आपले शाळेचे शिक्षण पुरे केले होते व आता ती घरीच येऊन राहिली होती.

आज सारा बेथने जेवणाचे टेबल मांडले. टेबलावर दुधासारखे स्वच्छ पांढरे 'दमास्क' कापड अंथरलेले होते. त्यावर पांढऱ्या शुभ्र मेणबत्त्या मांडून ठेवल्या होत्या. बत्त्यांच्या उजेडात जेवणाची जड चांदीची भांडी लखलखत होती आणि टेबलाच्या मध्यभागी पुष्पपात्रांत भरून ठेवलेल्या 'बी बाम'च्या फुलांचा सुगंध सर्वत्र दरवळत होता. त्या साऱ्या देखाव्याचा माझ्या मनावर विचित्र परिणाम झाला. पूर्वीचे दिवस अद्याप गेलेलेच नाहीत, असे मला वाटू लागले. जेवण चालू असताना काका अगदी स्तब्ध होता. तो कुणाशीही बोलत नव्हता. त्याचा श्रांत, सुरकुत्या पडलेला चेहरा मेणबत्त्यांच्या प्रकाशात उजळून निघाला होता. जेव्हा जेव्हा त्याचे डोळे सारा बेथकडे वळत तेव्हा त्याली उग्रता मावळून जाई व तेथे मृदू, स्नेहाळ भाव दिसू लागे. पण मला त्या डोळ्यांत आणखीही एक सूक्ष्म जाणीव मधूनमधून उमटताना दिसे. सारा बेथच्या जागी मध्येच ते डोळे आणखी एक व्यक्ती बघत होते. त्या व्यक्तीचे उघडे गोरेपान हात, तिचे काळेभोर दाट केस, भोवती जमलेली पाहुण्यांची गर्दी व त्यांच्याशी चाललेले तिचे आनंदी खेळकर संभाषण हे सारे जणू त्या डोळ्यांना दिसत होते!

जेवण आटोपल्यावर आम्ही बाहेरच्या दिवाणखान्यात येऊन बसलो. सारा बेथने पियानोवरचे झाकण काढले आणि 'कॉन्व्हेन्ट'मध्ये शिकलेली काही गाणी ती पियानोची साथ घेऊन आम्हाला गाऊन दाखवू लागली. आज ब्रॉक घरी नव्हता. सारा बेथची गाणी ऐकताना काका सहज म्हणाला, ''ब्रॉक आज शहरातून घरी आला असता तर छान झालं असतं. त्याला ही गाणी भारी आवडली असती.''

काका असे बोलतो आहे तोच बाहेरून कुणी तरी जिमीला हाक मारली. जिमी बाहेर गेला. क्षणभर दिवाणखान्यात संपूर्ण शांतता पसरली होती. मग सारा बेथने नृत्याच्या वेळी वाजवायचे गाणे

पियानोवर वाजवण्यास प्रारंभ केला. ते गाणे मला स्वतःला येत नव्हते. पण फार वर्षांपूर्वी फोर्ट एविंग किंवा सॅन्टा फे येथील पाहुण्यांनी आमचा दिवाणखाना जेव्हा भरून गेलेला असे आणि सर्वत्र आनंदी उल्लसित वातावरण पसरलेले असे त्या वेळी ल्यूटी हेच उडत्या लयीचे गाणे नेहमी पियानोवर वाजवी. त्या गाण्याने माझ्या सर्व पूर्वस्मृती एवढ्या तीव्रतेने पुन्हा चाळवल्या गेल्या की, मला वाटले, मध्यंतरी एवढा काळ गेला आहे हे सारे खोटे, आमच्या कुरणावर वसाहतवाल्यांनी आक्रमण केले, तेही खोटे. अद्याप ते पूर्वीचेच दिवस चालू आहेत. अद्याप जिमी, ब्रॉक, सारा बेथ ही मुले लहानच आहेत. आता थोड्या वेळाने समोरच्या दारातून ब्लॅक हॅटी तिन्ही मुलांना झोपण्यापूर्वी आपल्या वडिलांना 'गुडनाइट' म्हणण्यासाठी घेऊन येईल.

माझ्यासारखाच भास काकालाही होत होता की काय बघण्यासाठी मी त्याच्याकडे दृष्टिक्षेप केला. त्याच्या नजरेत शून्यपणा आला होता व आपल्या हातातली सिगारेट न ओढता ती त्याने तशीच बोटात धरून ठेवली होती. इतक्यात जिमी दारात येऊन उभा राहिला. त्याची नजर भयभीत दिसत होती आणि त्याच्या कोवळ्या चेहऱ्यावरचे स्नायू ताठरले होते. सारा बेथचे पियानोवादन संपावयाच्या आतच तो काकाजवळ आला आणि हलकेच म्हणाला,

"मी आत्ताच असं ऐकलं की, शहरामध्ये ब्रॉकनं डच चार्लीला गोळी घातली."

सारा बेथने ते शब्द ऐकलेच नाहीत. ती तशीच पियानो वाजवीत राहिली आणि काकाही तसाच स्तब्ध बसून राहिला. जणू तो अद्याप भूतकाळातच वावरत होता. पण मग त्याचे डोळे जिमीकडे वळले आणि जिमी जे बोलला होता त्याचा त्याला बोध होऊ झाला. त्याबरोबर त्याचा खालचा ओठ एकदम कापू लागला. आमच्या कुरणावरच्या गाई एखाद्या पाणथळ जागेत रुतून बसल्या म्हणजे मग त्यांना बाहेर काढण्यासाठी नोकर धाडताना जशी त्याची चर्या होई तशीच ती आता झाली आणि मग त्याच्या मुद्रेवर एकदम व्याकूळता दिसू लागली. क्षणभर थबकून त्याने जिमीला प्रश्न केला,

"ब्रॉकने कुणाला गोळी घातली म्हणालास तू?"

आता कुठे, काहीतरी विलक्षण प्रकार घडला आहे हे सारा बेथच्या लक्षात आले. ती पियानो वाजवायची थांबली. क्षणभर तेथे अगदी निःशब्द शांतता पसरली. दूर कुठेतरी एक घोडा दौडत होता, त्याच्या टापांचा आवाज त्या शांततेत केवढा तरी भासत होता. दोन क्षण असेच गेले आणि मग जिमी बोलू लागला. त्याचा आवाज दिवाणखान्यात घुमत होता.

"डच चार्ली. डच चार्लीवर पिस्तूल झाडलं ब्रॉकनं. ते दोघेजण जुगार खेळत असताना नृत्यगृहातली एक स्त्रीही त्यांनी बरोबर खेळायला घेतली होती. ती स्त्री खोटे खेळत आहे आणि ब्रॉकला ती खेळात जास्त सवलती देत आहे असा डच चार्लीने ब्रॉकवर आरोप केला. जेव्हा ब्रॉक जुगार खेळायला येतो तेव्हा आपण नेहमी जुगारात हरतो असेही तो म्हणाला. त्यावरून दोघांचं भांडण झालं. बोलाचाली झाली. चार्ली चिडून आपली बंदूक घ्यायला उठला. पण तेवढ्यात ब्रॉकनं आधीच त्याच्यावर पिस्तूल झाडलं!"

सारा बेथने एक लहानशी किंकाळी फोडली. पण काकाने आपले मन एव्हाना आटोक्यात आणले होते. त्याची पोलादी इच्छाशक्ती त्याला सोडून गेली नव्हती. फक्त त्याच्या वृद्ध चेहऱ्यावर एकदम राखी, फिकट रंग पसरला. क्षणभर थबकून त्याने प्रश्न केला-

"चार्ली मेला काय?"

"ते नाही मला अजून कळलं," जिमी म्हणाला, "पण ब्रॉकला मात्र त्या लोकांनी कोंडून घातलंय."

त्या वार्तेचा काकाच्या मनावर जबरदस्त आघात झाल्याविना राहिला नाही. पण धन्य त्याची! त्याने आपल्या चेहऱ्यावर यत्किंचितही दुःख व यातना उमटू दिल्या नाहीत. एखादा वैभवशाली सम्राट आपल्या सिंहासनावर उद्दामपणे बैठक ठोकून बसलेला असावा, त्याप्रमाणे तो आपल्या खुर्चीवर बसून राहिला होता. त्याच्या मुद्रेवरची गर्विष्ठपणाची, अहंकाराची छटा नेहमीसारखीच कायम होती. जिमीला घडलेली सर्व हकिकत जशी कळली होती तशी ती सारी त्याने हळूहळू काकाला निवेदन केली. काका शांतपणे सारे

काही ऐकत होता. त्याच्या मुद्रेवरची एक रेषाही हलली नव्हती. जिमीच्या बोलण्यात जज्ज चेम्बरलेनचे नाव जेव्हा आले तेव्हा मात्र काकाच्या मुद्रेवरचे स्थैर्य ढासळून पडले. काळ्या करड्या केसांनी आच्छादलेले आपले मस्तक एकदम मागे झुकवून तो जोराने ओरडला,

"जज्ज चेम्बरलेन? जज्ज चेम्बरलेनचा कुठे संबंध आला या साऱ्या प्रकरणात?"

मी जिमीकडे नजर टाकली. त्याचा चेहरा एकदम पांढराफटक पडला होता. माझी कल्पना होती त्यापेक्षा त्याला या विषयात अधिक माहीत होते असे दिसले. प्रथम त्याने काकाच्या प्रश्नाकडे दुर्लक्षच केले. पण काकाने आपले संतापाने धगधगणारे डोळे त्याच्यावर असे रोखले की, शेवटी काकाने विचारलेल्या प्रश्नांची उत्तरे देण्याखेरीज त्याला गत्यंतरच उरले नाही. खाली मान घालून तो हलकेच म्हणाला, "जज्ज चेम्बरलेननं ब्रॉकला तुरुंगातून सोडवलं. ब्रॉकचं वय लहान असल्यामुळे त्याला एकदम कोंडून ठेवणं योग्य होणार नाही, त्याच्या गुन्ह्याची खासगी रीतीने चौकशी झाली पाहिजे, असं जज्ज चेम्बरलेनने म्हटले. इतकेच नव्हे तर ब्रॉक यापुढे व्यवस्थित रीतीने वागला तर त्याची केस कोर्टापुढेही येणार नाही, असेही त्याने ब्रॉकला आश्वासन दिले. मात्र ब्रॉकने मधूनमधून जज्ज चेम्बरलेनला भेटायला हवं आणि आपल्या वागण्याचा त्यानं त्याच्यापुढे 'रिपोर्ट' द्यायला हवा!"

जिमीचे ते बोलणे ऐकून मी थक्क होऊन गेलो. एक क्षणभर मला असा भास झाला की, जज्ज चेम्बरलेनची आकृती एखाद्या राक्षसासारखी वाढून प्रचंड झाली आहे. त्याचा हात लांब... लांब... लांब होत चालला आहे आणि संबंध सॉल्ट लेक शहरावर त्या हाताची, त्या पंजाची विशाल राक्षसी सावली पसरली आहे. खाली ल्यूटीची काया, तिची ती खेळकर, आनंदी, सुंदर मूर्ती चिमुकल्या बाहुलीसारखी उभी राहिली आहे आणि शहरातले सर्व लोक, वसाहतवाले, गावातले गुंड आणि मवाली, कुरणमालकांच्या बायका, शहरातील इतर सभ्य स्त्रिया, नृत्यगृहांतल्या नाचणाऱ्या बाया या सर्वांच्या समोर, त्यांच्या साक्षीने, जज्ज चेम्बरलेनचा तो प्रचंड हात

ल्यूटीच्या आकृतीवर तिच्या माथ्यावर कलंकाचा लालभडक जळता ठसा उमटवीत आहे!

मी यापूर्वी काकाला अनेकदा रागावलेले पाहिले होते; पण आज त्याला जो काही संताप आला तो विलक्षणच. अशा अवस्थेत मी त्याला पूर्वी कधीच पाहिले नव्हते. त्याचा संबंध चेहरा वादळी ढगांनी भरलेल्या आभाळासारखा दिसत होता आणि काळ्या ढगांतून वीज कडकडत राहावी, तसा त्याचा क्रोध त्या चेहऱ्यातून जणू फुटून बाहेर पडत होता. मी त्याच्यापासून काही अंतरावर उभ होतो. तरीसुद्धा त्याच्या त्या संतापाची झळ तेथेही मला लागल्याशिवाय राहत नव्हती. मला आमच्या कुरणावर वणवे लागत त्यांची आठवण झाली. हे वणवे इतके झपाट्याने भडकत की, ते विझवणे कुणालाही शक्य नसे. त्यांची उष्णता इतकी दाहक असे की, त्यांच्या जवळपासही कुणाला जाता येत नसे. एकदा वणवा भडकला की, तो आपोआप शांत होईपर्यंत निमूटपणे वाट बघावी, एवढेच फक्त माणसाच्या हाती असावयाचे. काकाचा भडकलेला संताप हा मला त्या वणव्यासारखाच वाटला!

थोड्या वेळाने काका उठून उभा राहिला आणि दाराच्या दिशेने पावले टाकू लागला. आम्ही खोलीत होतो याचीही जणू त्याला दखल नव्हती. पण तो कुणीकडे निघाला आहे, हे आमच्या तत्काळ ध्यानात आले. मध्येच तो एका कोचाजवळ थांबला आणि कोचाच्या पाठीवर टाकलेला, घामाने भिजून काळपट झालेला एक भला लांब कातडी पट्टा त्याने आपल्या हाती घेतला. तो पट्टा बघताच सारा बेथ ताड्कन पियोनोजवळून उठली आणि धावत काकाजवळ येऊन त्याची विनवणी करण्याच्या स्वरात ती त्याला म्हणाली,

"बाबा, आज तरी तुम्ही जाऊ नका तिकडे! उद्या हॉल आणि जिमी जातील नि काय करायचं ते बघतील तेच!"

तिचे ते शब्द ऐकताच काका गर्रकन मागे वळला. तो अवाक्षरही बोलला नाही. पण त्याचे ते पेटलेले, धगधगते डोळे आम्हा तिघांवरून सावकाश फिरले. त्याबरोबर सारा बेथ बोलावयाची थांबली. त्याच्या त्या दृष्टिक्षेपाने आम्हाला जणू आमची मर्यादा दाखवून दिली. अद्यापही घरात सर्वाधिकारी काकाच होता. आणि

आम्ही कोणीही- प्रत्यक्ष ब्रॉकदेखील- त्याच्या इच्छेविरुद्ध फारसे काही करू शकत नव्हतो, हे जणू त्या दृष्टिक्षेपाने आम्हाला बजावून सांगितले.

पण सारा बेथच्या बोलण्याचा नाही म्हटले तरी थोडासा परिणाम काकावर झाल्याविना राहिला नाही. घराबाहेर पडण्याचा बेत त्याने रहित केला. पण त्याच वेळी बाहेर कुणाची तरी पावले वाजली. ती चाहूल आमच्या ओळखीची होती. थोड्याच वेळाने ब्रॉक दिवाणखान्यात प्रविष्ट झाला. त्याचे ते मऊसूत पिंगे केस स्वैरपणे त्याच्या कपाळावर रुळत होते व त्यामुळे एखाद्या बालकासारखा त्याचा चेहरा निर्व्याज दिसत होता. त्याचे डोळे नेहमीसारखेच आनंदाने हसत होते. ताज्या वाऱ्याची जोमदार झुळूक उघड्या दारातून आत यावी तसा तो दिवाणखान्यात शिरला. नेहमीसारखाच आनंदी, निर्भय, स्वच्छंद!

आत येताच त्याने आम्हा सर्वांच्या चेहऱ्यांवरून आपली नजर फिरवली. आमच्या चेहऱ्यांकडे बघताच आम्हाला सारे काही कळून चुकले आहे हे त्याच्या तत्काळ ध्यानात आले. पण त्यामुळे तो बावरला किंवा सचिंत झाला किंवा ओशाळला असे मात्र मुळीच नाही. उलट त्याचा थट्टेखोरपणा आणि खेळकर आनंदी वृत्ती जणू जास्तच जोमाने उचंबळून आली. सारा बेथचा चेहेरा पांढराफटक पडला होता आणि कोणत्याही क्षणी ती हुंदके देऊन रडू लागेल असे वाटत होते. पण ते मुळीच लक्षात न घेता ब्रॉक तिची मस्करी करू लागला. इतकेच नव्हे तर आपण पियानो वाजवू आणि सारा बेथने आपल्याबरोबर गावे असा तिला आग्रह करीत तिच्या कमरेभोवती हात वेढून त्याने तिला आपल्या शेजारच्या स्टुलावर बळेच बसवायला लावले. दुसऱ्या हाताने त्याने पियानोच्या पट्ट्यांवर बोटे फिरवावयास सुरुवात केली. आम्ही सर्व जण स्तंभित होऊन हा प्रकार पाहत होतो.

ब्रॉकची निर्भयता पाहून मी थक्क होऊन गेलो. काका किती संतापला होता ते त्याच्या चेहऱ्याकडे नुसता दृष्टिक्षेप केला तरी सहज समजण्याजोगे होते. अशा परिस्थितीत इतक्या निर्भयतेने काकापुढे वागणे हे फक्त एका ल्युटीला शक्य असते. ब्रॉकची ती

बेफिकीर आणि निर्भय वृत्ती पाहून काकादेखील थोडासा दबकल्यागत झाला असावा. तो पुन्हा आपल्या खुर्चीवर जाऊन बसला आणि ब्रॉकचे पियोनोवादन संपण्याची वाट पाहू लागला. त्याचे डोळे एकसारखे ब्रॉकवर खिळलेले होते. त्या डोळ्यांत दुःखाचा भाव तर होताच, पण ब्रॉकबद्दलचे प्रेमही त्यात पुरेपूर प्रकट झालेले दिसत होते.

शेवटी ब्रॉकने पियानो वाजवणे थांबवले. सारा बेथ आपल्या खोलीत झोपवायला गेली आणि काका ब्रॉककडे टक लावून बघत राहिला.

"ब्रॉक, मी आता तुला भेटण्यासाठी स्वतःच शहरात येणार होतो." काकाने बोलण्यात सुरुवात केली, "तू डच चार्लीला गोळी घातलीस, हे खरं का?"

ब्रॉकच्या मुद्रेवर एक सूक्ष्म बदल झाला. तो काहीच उत्तर न देता किलकिल्या डोळ्यांनी काकाकडे नुसताच रोखून बघत राहिला. क्षणभराने तो हलकेच म्हणाला, "मी त्याच्यावर गोळी झाडली नसती, तर त्यानं मला जिवंत ठेवलं नसतं."

त्याच्या त्या शब्दांकडे लक्ष न देता काका संथपणे पुढे म्हणाला, "आणि ही गोष्टही खरीच ना की, जुगाराच्या अड्ड्यावरची ती बाई जुगार खेळताना तुझ्या बाजूने डाव होईल अशी लबाडी करीत होती नि तुलाही ते ठाऊक होते?"

"सर्वच बायकांना मी आवडतो..." किंचित हसून ब्रॉक म्हणाला, "मी साऱ्यांचाच आवडता आहे मुळी, जशी माझी आईही..." पुढे तो काही बोलला नाही. पण त्याचे शांत, निर्भय आणि निश्चयी डोळे काकावर तसेच खिळले होते. काका चमकला. त्याच्या सुरकुतलेल्या वृद्ध चेहऱ्यावर एकदम लाली उसळली.

"ब्रॉक..." किंचित थबकून तो पुढे म्हणाला, "तू डच चार्लीवर गोळी झाडलीस त्याचं नाही मला तितकंसं काही वाटत. तरुण माणसं आपापसात भांडण-झगडे ही करायचीच आणि तू एखाद्याचा प्रतिकार न करता त्याच्यापुढं शरणागती पत्करली असतीस तर त्यामुळे उलट मला तुझ्याबद्दल शरमच वाटली असती. पण जुगारात तू लबाडी करावीस, खोटेपणा करावास हे मात्र मला मुळीच पसंत

नाही. तू जोपर्यंत खरेपणानं जुगार खेळशील तोपर्यंत तुझी जुगारातली देणी द्यायलाही माझी काही हरकत नाही. पण फसवणूक करणं- त्यातही जुगारात दुसऱ्याची फसवणूक करणं- हा कमालीचा हलकटपणा आहे. म्हणून या साऱ्या प्रकरणात मला तुझा भारी राग राग आला आहे. अन् या बाबतीत तुझ्यावर खटला झाला तर तू स्वतःच्या जबाबदारीवरच त्यातून निभावून जायला हवं. किंवा शिक्षा झाली तर तीही निमूटपणे भोगायला हवी.''

ब्रॉक काकाचे बोलणे शांतपणे ऐकत होता. काकाचे अखेरचे शब्द ऐकताच त्याचा चेहरा एकदम बदलला. त्याच्या मुद्रेवर एक चमत्कारिक अलिप्तता आणि तिरस्कार प्रकटला.

''कुठलाही बाप आपण होऊन आपल्या मुलाला तुरुंगात धाडायला तयार होणार नाही,'' तो तुटकपणे म्हणाला, ''विशेषतः जज्जनं त्याला आपण होऊन सोडवलं असेल तर बाप मुळीच त्याला परत तिथं अडकवणार नाही. शिवाय, मला आता इथं राहायचंच नाही मुळी. म्हणून तर मी निरोप घ्यायला आलोय घरी. 'जॉर्ज हॉल्डरनेस आणि कंपनी'च्या दुकानात मी विक्रेता म्हणून काम करायचं ठरवलंय यापुढं!''

ब्राइस चेम्बरलेनच्या काकाचे ते नाव- आणि तेही अशा संदर्भात- कानी पडल्याबरोबर काका एकदम भयंकर भडकला. तो आपल्या खुर्चीत ताठ बसला. त्याच्या गळ्यावरच्या आणि हातावरच्या शिरा ताठरून, फुगून आल्या, आणि त्याची मुद्रा इतकी उग्र दिसू लागली की, प्रत्यक्ष ब्रॉकदेखील मनातून घाबरल्याविना राहिला नाही. तो काकापासून दोन पावलं मागे सरकला. त्याचा चेहरा भयाने पांढराफटक पडला होता. पण त्या फिकट मुद्रेवर त्याचे डोळे मात्र विलक्षण तेजाने आणि निर्धाराने चकाकत होते. काका आपल्या अंगावर हात टाकील की काय असे त्याला भय पडले होते. पण काकाने तसे काहीच केले नाही तेव्हा ब्रॉकची भीती थोडी कमी झाली आणि दिवाणखान्यात तो जोराजोराने येरझारा घालू लागला.

''मला माझ्या इच्छेविरुद्ध तुम्ही या कुरणावर डांबून ठेवू शकणार नाही. मला इथं मुळीच राहायचं नाही.'' ते येरझारा घालता घालता मध्येच थबकून ओरडला, ''माझं वय आता अठरा वर्षांचं झालंय.

मला कुरणावर काम करायची मुळीच आवड नाही. मला हा निर्मनुष्य भाग मुळीच आवडत नाही. मला हवी आहेत माणसं. मला हवी आहे गडबड, गोंगाट, चैतन्य. जिथं प्रकाशानं झगमगणारी नृत्यगृहं आहेत, जिथं संगीताचे सूर आहेत, जिथं माणसांनी भरलेली दुकानं आहेत, आणि जिथं नानाविध घटना घडत आहेत अशा ठिकाणी मी जाऊन राहणार आहे. हे सारं हवंय मला. तेच हवंय. या उजाड, निर्मनुष्य, शापित ठिकाणी राहण्यापेक्षा एखाद्या शवपेटिकेत कोंडून घेणं परवडलं...''

ब्रॉक आवेगाने, चिडीने बोलत होता. पण एकाएकी त्याचे शब्द मला ऐकू येईनासे झाले. तो देखावा, ते शब्द... त्यांनी माझ्या मनात खोल दडलेल्या काही स्मृती चाळवल्या गेल्या होत्या. हे सारे पूर्वी केव्हातरी मी ऐकले होते, अनुभवले होते, असे मला सारखे जाणवू लागले. काका, जिमी, ब्रॉक, सारे त्या दिवाणखान्यातून अंतर्धान पावले. मी तेथील एका कोचावर बसलो होतो. ल्यूटी माझ्या समोरून येरझारा घालीत होती, अगदी याच ठिकाणी याच सतरंजीवरून, अशीच अनावर आवेगाने फिरत होती. तिचे डोळे धगधगत होते आणि तिच्या तोंडून अगदी हेच शब्द बाहेर पडत होते...

मी भानावर आलो. माझी दृष्टी काकाकडे वळली. काकाचा चेहरा पांढराफटक पडला होता आणि त्याचा श्वास जोराने चालला होता. एखादे भूत अवचित नजरेला पडले तर माणसाच्या मुद्रेवर भीतीचे जे भाव प्रकट होतील तेच काकाच्या चेहऱ्यावर उमटले होते.

''ठीक आहे ब्रॉक!'' काका रुद्ध स्वरात म्हणाला, ''मी तुझ्या इच्छेविरुद्ध जाऊ इच्छित नाही. तुझ्या मनात असेल तसंच तू कर. कित्येक वर्षांपूर्वी एका व्यक्तीला तिच्या इच्छेविरुद्ध मी या कुरणावर डांबून ठेवण्याचा प्रयत्न केला होता; पण त्याचा परिणाम फार विपरीत झाला. ते दुःख अजून माझ्या काळजात खोलवर जाऊन बसलं आहे. तुझ्या बाबतीत ती चूक मी पुन्हा करणार नाही. तुझ्या मार्गात मी आडवा येणार नाही.''

ब्रॉकचे डोळे चमकले. बाजूला उभ्या असलेल्या जिमीकडे

त्याने विजयानंदाने तळपणारा एक दृष्टिक्षेप केला आणि तो झट्कन दिवाणखान्यातून निघून गेला. तो गेल्यानंतर किती तरी वेळ काका जागच्या जागीच बसून राहिला होता आणि खिडकीबाहेरच्या देखाव्याकडे टक लावून बघत होता. बाहेर काळोख पसरला होता. त्यामुळे खिडकीबाहेरचे काही त्याला दिसणे शक्य नव्हते. पण खिडकीच्या काचेवर त्याचे प्रतिबिंब मला स्पष्ट दिसत होते. काकाचा चेहरा किती सुरकुतलेला, किती वृद्ध दिसत आहे ते आता अकस्मात मला जाणवले आणि माझे मन एकदम खिन्न झाले. त्याचा चेहरा जसा वार्धक्याने ग्रस्त झाला होता, त्याप्रमाणे एकेकाळी कणखर व ताठ असलेली त्याची देहयष्टीही आता जणू एकदम खचली होती. तिच्यातला जोम, चैतन्य ओसरून गेल्यासारखे वाटत होते.

फक्त काकाचे डोळे बदलले नव्हते. त्या डोळ्यांचा गडद काळा रंग यत्किंचितही फिकटला नव्हता किंवा त्यातली झगमगणारी ज्वाळाही मंदावली नव्हती. मी भारल्यासारखा काकाच्या त्या डोळ्यांकडे टक लावून बघत राहिलो. काही वेळाने काका खुर्चीवरून उठला. जिमीकडे किंवा माझ्याकडे त्याने नजरदेखील टाकली नाही. तो उठला आणि संथ गतीने, लटपटत्या पावलांनी आपल्या शय्यागृहाकडे जावयास निघाला. जिमीने त्याला आधार देण्यासाठी पुढे केलेला हात त्याने झिडकारला आणि त्याची पावले तशीच संथपणे पुढे पडत राहिली...

●

१४

सॉल्ट फोर्क गावातल्या मेक्सिकन वस्तीमधल्या एका चौकात 'कॉटनवुड'चा एक भलाथोरला वृक्ष उभा असलेला मी माझ्या लहानपणापासून बघत आलो होतो. या वृक्षाइतकी खडबडीत साल दुसऱ्या कोणत्याही वृक्षावर मी कधी पाहिली नव्हती. इतक्या विस्तारलेल्या आणि एकमेकांत गुंतलेल्या फांद्याही दुसरीकडे कोठे मला क्वचितच दिसल्या होत्या. या वृक्षाने आपल्या हयातीमध्ये 'नॅव्हॅजो' आणि 'अपॅशे' यांचे कितीतरी हल्ले आलेले पाहिले होते आणि बैलगाड्यांच्या केवढ्या तरी लांबलचक रांगा त्याच्या डोळ्यांपुढून

गेल्या होत्या. पण अद्यापही तो वृक्ष जसाच्या तसा ताठा उभा होता. त्याच्या फांद्या हिरव्यागार पर्णसंभाराने डवरलेल्या होत्या आणि येणाऱ्या वाटसरूंना किंवा आपल्या बुंध्याजवळ विश्रांतीसाठी बसणाऱ्या पांथस्थांना थंडगार छाया देण्याचे आपले व्रत त्याने अजूनही सोडले नव्हते.

पण गेल्या काही महिन्यांत मात्र या वृक्षाच्या जीवनात झपाट्याने बदल घडून येत होते. निर्वासित लोकांनी बांधलेल्या घोड्यांनी आपल्या हडकुळ्या पाठी घासून घासून त्याची साल ठिकठिकाणी खरवडली होती व काही जागांची साल घोड्यांनी दातांनी चावून चघळून खाल्ली होती. एकदा त्या वृक्षांवर वीज कोसळली होती आणि पलीकडच्या घरात राहणाऱ्या एका म्हतारीने आपल्या मुलाला सांगून त्याच्या काही फांद्या तोडल्या होत्या आणि मग एके रात्री एका प्रचंड वादळाला त्या वृक्षाला तोंड द्यावे लागले होते. दुसऱ्या दिवशी सकाळी मी त्या चौकातून जेव्हा माझ्या ऑफिसकडे जावयाला निघालो तेव्हा कालच्या वादळात त्या वृक्षाने टिकाव धरला आहे की नाही हे बघण्यासाठी माझी नजर आपोआपच त्याच्याकडे वळली. तो वृक्ष अजूनही तसाच ताठरपणे, डौलाने उभा होता. त्याची मुळे जमिनीत खोलपर्यंत घुसली होती आणि त्याचे मस्तक आकाशात शिरले होते. त्या वृक्षाकडे पाहता पाहता त्याच्या जागी मला एकदम काका दिसू लागला. या वृक्षाप्रमाणेच काकावरही आघातांमागून आघात झाले होते. पण त्या साऱ्या संकटांना, साऱ्या वादांना खंबीरपणे तोंड देऊन काकाही या वृक्षासारखाच खंबीरपणे मस्तक उंचावून अजूनही उभा राहिला नव्हता काय?

त्यानंतर आणखी काही दिवस गेले आणि हिवाळ्याच्या सुटीनंतर पुन्हा कोर्ट सुरू होण्याच्या किंचित आधी डच चार्ली मरण पावला. ब्रॉकने त्याच्यावर गोळ्या झाडल्या होत्या, त्या जखमांना शेवटी चार्ली बळी पडला. त्याला ज्या दिवशी मरण आले त्याच रात्री 'हॉल्डरनेस आणि कंपना'च्या तिजोरीतले पैसे चोरून ब्रॉक सॉल्ट लेक गावातून परागंदा झाला. ब्रॉकने चार्लीला

गोळ्या घातल्या, त्यानंतर एक-दोन दिवसांतच मी पुन्हा सॉल्ट लेकला परत आलो होतो आणि मध्यंतरीच्या काळात काकाची भेट घेणे मी जाणूनबुजून टाळले होते. काकाने सॉल्ट फोर्कला यावे, मग लोकांनी त्याच्याकडे सहानुभूतीचे कटाक्ष टाकावेत, त्याची कीव करावी, ही कल्पनाच मला सहन होण्याजोगी नव्हती. आता ब्रॉकने अशा लज्जास्पद रीतीने गावातून पळ काढल्यावर तर माझी खात्रीच झाली, काकाने आता सॉल्ट फोर्क गावी पाऊल टाकणे अशक्य होते.

पण काकाच्या स्वभावाबद्दलचा माझा हा अंदाज चुकीचा असल्याचे लवकरच माझ्या निदर्शनाला आले. वर सांगितलेली घटना घडून आल्यानंतर दोन की तीन दिवसांनीच काका मला सॉल्ट फोर्क गावाचा चौक ओलांडताना दिसला. त्याची गती मंदावली होती. डोकीवरचे केस पूर्वीहून जास्त करडे-पांढरे झाले होते. त्याचे शरीरही त्याच्या पूर्वीच्या भरभक्कम, जाडग्या बांध्याची केवळ सावली उरले होते. पण अजूनही त्याचे मस्तक पहिल्यासारखेच अभिमानाने उंचावलेले होते. त्याची चाल तशीच ताठ होती आणि त्याच्या कपड्यांचा नोकझोकही पूर्वीपेक्षा यत्किंचितही कमी झाला नव्हता. त्याला रस्त्याने चालताना पाहून माणसांच्या मुद्रा गंभीर होत आणि त्याला अभिवादन करून ती मुकाट्याने बाजूला सरकत. तो पुढे गेला तरी त्यांच्या नजरा त्याच्या पाठमोऱ्या आकृतीवर कितीतरी वेळ खिळून राहत.

त्यानंतर गोष्टी फारच विकोपाला गेल्या. ब्रॉक आता 'एल पासो' या गावी जाऊन राहिला होता आणि स्वतःला तो आता उघड उघड 'ब्रॉक चेम्बरलेन' म्हणवून घेऊ लागला होता. काकाच्या दृष्टीने आता त्याचे व ब्रॉकचे नाते कायमचे तुटले असेल आणि स्वतः काकाने त्या बाबतीत संपूर्ण पराभव पत्करला असेल असे लोक बोलू लागले. स्वतः मीही काकाच्या तोंडून ब्रॉकचे नाव नंतर कधी ऐकले नाही. पण ब्रॉकचा त्याला विसर पडला होता असे मात्र नव्हे. सारे धागे अद्याप तुटले नव्हते. सारा बेथच्या लग्नाच्या प्रसंगी काका बराच वेळ अबोल झाला होता आणि भुवयांखाली खोल गेलेले पण अजूनही भेदकपणे लकाकणारे त्याचे तीक्ष्ण डोळे

लग्नाला आलेल्या पाहुणेमंडळींवरून काही एका अपेक्षेने फिरत होते. कुणाला तरी ते शोधीत होते. पण तो शोध ब्रॉकचा होता की ल्यूटीचा, हे मला निश्चितच उमगले नाही.

'आल्बुकर्क' आणि 'डेन्व्हर' येथून जी वर्तमानपत्रे प्रसिद्ध होत त्यात वरचे वर ब्रॉकसंबंधी काही ना काही बातम्या छापून येत. ही प्रत्येक बातमी म्हणजे काकाच्या काळजात खुपसली जाणारी जणू एक कट्यारच असे. पण या साऱ्या वेदना, हे सारे दुःख तो आपल्या मनातच ठेवी. त्याच्या विशाल कपाळावर ज्या आठ्या उमटत त्या अगदी दुर्बोध असत. इतरांना त्यातून काही अर्थ काढणे केवळ अशक्यच असे. कारण आपल्या व्यथेला काकाने कधी उद्‌गार दिला नाही.

असे कित्येक महिने एकापाठोपाठ एक निघून गेले. ब्रॉकबद्दलच्या एकापेक्षा एक भयानक बातम्या रोज पत्रांतून आम्हाला वाचावयास मिळत होत्या. आज काय तर म्हणे त्याने एका जुगाराच्या अड्ड्यावर छापा घालून आठ हजार डॉलरची रक्कम लुटली, तर आज काय एका अगदी गरीब मेक्सिसन मेंढपाळाला वाटेत अडवून त्याने त्याच्यावर पैशासाठी जुलुमजबरदस्ती केली. आज काय तर म्हणे,'व्हाईट ओक्स' या गावी एके दिवशी ब्रॉकने डेप्युटी म्हणून काम केले आणि त्याच रात्री गावातल्या लोकांवर गोळीवर करून तो तेथून पळून गेला; तर आज त्याने आपल्या एका निर्वासित मैत्रिणीला हिऱ्यांचा कंठा मिळावा म्हणून आणखी कुठे तरी दरोडा घातला, अशा त्या विलक्षण बातम्या वाचून मला कसेसेच वाटे. माझ्या लेखी ब्रॉक ही आता केवळ एक अद्‌भुत रहस्यमय दंतकथा होऊन बसली. तो खरा, हाडामांसाचा असा मला काही केल्या वाटेचना!

मला वाटे, या ब्रॉकला आपण कधी पाहिलेलेच नाही. याचा आपल्याला मुळी अनुभवच नाही. हा ब्रॉक म्हणजे एक झगमगती काल्पनिक व्यक्ती आहे. हा ब्रॉक म्हणजे वर्तमानपत्रांत छापून येणारे केवळ एक रहस्यमय नाव आहे. मद्यपानगृहांत आणि जुगाराच्या अड्ड्यावर, घौडदोडींत आणि शेकोटीभोवती, घराघरांत आणि चव्हाट्यावर ज्याच्या कृत्यांची एकसारखी चर्चा होत आहे, असे हे नुसते एक नाव आहे!

पण ब्रॉक ही केवळ काल्पनिक व्यक्ती नसून ती एक हाडामांसाचा माणूस आहे, या गोष्टीचा मला लवकरच पडताळा यावयाचा होता. एके दिवशी माझ्या ऑफिसात काही माणसे आली आणि सुमारे चाळीस मैलांचा प्रवास करून शेजारच्या परगण्यातल्या एका जखमी माणसावर उपचार करण्यासाठी मी चलावे अशी त्यांनी मला विनंती केली. या माणसाच्या जखमा इतक्या खोल होत्या की, उपचारासाठी देखील त्याला जागेवरून हलवणे केवळ अशक्यच होते. या व्यक्तीचे नाव होते ब्रॉक चेम्बरलेन!

ब्रॉकने नाव कानी पडताच मी स्तंभित झालो आणि दवाखान्यातून बाहेर पडण्यापूर्वी ही सर्व बातमी शक्यतो काकाच्या कानांपर्यंत पोहोचू न देण्याचा मी जिमीकडे निरोप देऊन ठेवला. त्या माणसांनी मला ज्या एकेक गोष्टी सांगितल्या त्या अगदी विलक्षण, केवळ अकल्पनीय होत्या म्हटले तरी चालेल. संबंध ॲरिझोना परगण्यात त्याने आतापर्यंत धुमाकूळ घातला होता. त्याने केलेल्या बारा-चौदा गुन्ह्यांबाबत त्याच्यावर पकडवॉरंट सुटली होती आणि आता त्याने एका झोपडीचा आश्रय घेऊन, पकडावयाला आलेल्या वीस ते तीस माणसांशी तेथूनच एकट्याने सामना दिला होता. शेवटी तेथील शेरीफने जज्ज चेम्बरलेनला बोलावून घेतले होते आणि त्याची ब्रॉकची समजूत घालून शेवटी त्याला पोलिसाच्या स्वाधीन व्हायला तयार केले होते... या सर्व गोष्टी ऐकताना माझे अंग पुन:पुन्हा शहारत होते आणि मी स्वतःलाच प्रश्न विचारीत होतो- जो अल्लड, निरागस, निर्मळ मुलगा मी अंगाखांद्यावर खेळवला, ज्याचे मऊसूत पिंगट रेशमी केस माझ्या श्वासासरशी भुरभुरत असत, तोच हा ब्रॉक काय? या गुन्हेगार, सैराट, बेफिकीर ब्रॉकमध्ये व त्या छोट्या बाळामध्ये मला उभयतांना जोडणारा कसलाच दुवा दिसेना. पण तसा एक दुवा, एक धागा होता आणि थोड्याच वेळात त्याची मला जाणीव झाली.

सकाळची गाडी येऊन गेली होती. मी ब्रॉकवर उपचार करावयाला जाण्यासाठी माझी औषधांची पेटी भरून घेत होतो. वेगवेगळ्या बाटल्या, शस्त्रक्रियेची उपकरणी, हे सारे जागच्या जागी असल्याची खात्री करून घेत होतो. इतक्यात बाहेरच्या खोलीत कुणाची तरी

पावले वाजल्याचा आवाज मी ऐकला आणि त्या अनुरोधाने मी मान वर करून बघतो तो... ल्यूटी समोर उभी असलेली मला दिसली! तिच्या गडद रंगाच्या बुरख्याने तिचे तोंड झाकून टाकले होते. तिच्या अंगावरचे ते कपडेही मी पूर्वी कधी न पाहिलेले असेच होते. पण तिची उभी राहण्याची जी विशिष्ट ढब होती, तीवरून विशेषतः टोपीस लावलेल्या पिसाच्या झोकदार वळणावरून तिला मी तत्काळ ओळखले.

"हॉलऽऽ!" ती ओरडली. हा स्वर गेल्या पंधरा वर्षांत मी ऐकला नव्हता. माझ्या अंगावर रोमांच उभे राहिले आणि मग ल्यूटीने एकदम पुढे होऊन मला आपल्या छातीशी घट्ट कवटाळले. ल्यूटीच्या स्वरापेक्षाही तिचा हा स्पर्श जास्त ओळखीचा होता. माझ्या एकदम मनात आले, मला डोळे नसते, कान नसते तरी केवळ या पिरिचित स्पर्शानेही मला ल्यूटीची ओळख तत्काळ पटविली असती. तिच्या कपड्यांवर, अंगावर शिंपडलेल्या 'व्हायोलेट'च्या सुगंधाने एखाद्या नाजूक, मंद, जांभळ्या रंगाच्या मेघाप्रमाणे मला चहूकडून लपेटून टाकले आणि त्या परिचित गंधाने मधला पंधरा वर्षांचा कालखंड एका क्षणात ओलांडून मला भूतकाळात नेले. मी पुन्हा तेरा-चौदा वर्षांचा लहान मुलगा झालो. ल्यूटी अजून कुरणावरील आमच्या घरातच राहत आहे, काका तारुण्याच्या व उमेदीच्या ऐन भरात असून तो कुरणावर दौड करण्यासाठी गेला आहे आणि मी त्या दोघांच्या मायेच्या छत्राखाली दिवस काढीत आहे असा मला भास झाला. दोन-चार क्षण त्या भारलेल्या अवस्थेत गेले आणि मग ल्यूटीने आपल्या मुखावरचा बुरखा बाजूला केला. पण तिच्या हालचालीतले पूर्वीचे चापल्य आता मंदावले होते. तिच्या चेहऱ्यावरील गोडवा किंवा तरतरी जरी अद्याप ओसरलेली नव्हती तरी तरुण व सुंदर स्त्रियांचा सर्वांत मोठा शत्रू- जे प्रौढ वय- त्याच्या खुणा तेथे आता दिसू लागल्या होत्या. बुरखा मागे सारल्यानंतर ल्यूटीने मला आपल्यापासून दूर केले आणि माझ्या चेहऱ्याकडे, अंगोपांगीकडे ती न्याहाळून बघू लागली. तिच्या त्या दृष्टिक्षेपात वात्सल्य, ममता, कौतुक हे सारे भाव मोठ्या मधुर रीतीने प्रकटले होते. ती तोंडाने काही बोलली नाही. पण

तिच्या नजरेत 'हॉल तू डॉक्टर झालास आणि अनेकांची दुःखे तू दूर करतोस याचा मला केवढा अभिमान वाटतो म्हणून सांगू!' हे शब्द उमटलेले मला ऐकायला येत होते. तिच्या मुखावर ओसंडणारे ते प्रेम नि तो अभिमान पाहून माझेही अंत:करण भरून आले आणि मग मध्यंतरीच्या पंधरा वर्षांत ती कोठे होती, काय करीत होती, असले प्रश्न तिला विचारावयाचा मला धीरच झाला नाही.

ती माझ्याकडे बघत होती, तसाच मीही तिचे निरीक्षण करीत होतो. आता तो चेहरा इतका उजळला होता, इतका प्रफुल्ल, टवटवीत आणि सुंदर दिसत होता की, काही क्षणांपूर्वी प्रौढतेच्या खुणा तेथे उमटलेल्या होत्या ते मला खरेच वाटेना. मी तिच्याकडे निरखून बघत होतो आणि तिने माझ्यावर निरनिराळ्या प्रश्नांचा भडिमार चालवला होता. तिने जिमीची चौकशी केली. सारा बेथचे कुशल मला विचारले. सारा बेथचा पती कशा रंगारूपाचा, कशा स्वभावाचा आहे याबद्दल मला माहिती विचारून घेतली, कारण त्याला तिने पाहिलेले नव्हते. ल्यूटीने ब्रॉकचे नाव तोंडातून काढले नाही. पण केवळ त्याच्यासाठीच आज ती परत येथे आली आहे, हे मी पुरेपूर जाणून होतो आणि मग आजचा गुन्हेगार ब्रॉक माझ्या नजरेपुढून तत्काळ नाहीसा झाला. त्याच्या जागी छोटा ब्रॉक मला दिसू लागला. कुरणावरचे आमचे ते भलेथोरले घर माझ्या डोळ्यांपुढे पुन्हा एकवार उभे राहिले. पहाटेची वेळ आहे, प्रवासी पोषाख अंगावर चढवलेली, हातांत हातमोजे घातलेली ल्यूटी बसली आहे, अद्याप झोपण्याचा पोशाख अंगावर असलेली आणि झोपेने डोळे पेंगुळलेली तीन छोटी छोटी मुले तिच्याभोवती बसली आहेत, मेणबत्तीचा मंद पिवळा उजेड त्या सर्वांच्या मुखांवर छायाप्रकाशाचे हलते खेळ दाखवीत आहे आणि ल्यूटी त्यांना सांगत आहे, 'पहा, मी गावी चालले आहे, पण माझ्या पाठीमागे जो मुलगा किंवा जी मुलगी अगदी शहाण्यासारखी वागेल त्याला किंवा तिला मी आल्यावर छानसं बक्षीस देणार आहे!' सारे दृश्य मला स्पष्टपणे दिसू लागले.

रस्त्यावर चाललेल्या गडबडीमुळे माझ्या डोळ्यांपुढचा तो आभास मावळला आणि मी पुन्हा वर्तमानकाळात येऊन दाखल झालो.

रस्त्यावर माणसांचा घोळका जमला होता. ती खिडकीतून डोकावण्याचा प्रयत्न करीत आपापसात काहीतरी कुजबुजत होती. कोणीतरी ल्यूटीला ओळखले आहे हे तत्काळ माझ्या ध्यानी आले. इतक्यात बाहेरच्या खोलीत पावले वाजली आणि केस करडे पांढरे झालेली मायरा नेदरवुड आत आली. तिच्या मुद्रेवर आतुरता अगदी ओसंडून वाहत होती.

"डॉक्टर, मी असं ऐकलंय की..." ती बोलू लागली पण तेवढ्यात बाजूला उभ्या असलेल्या ल्यूटीकडे तिची नजर वळली. "ल्यूटी" मायराच्या तोंडून आनंदोद्‌गार उमटला आणि दुसऱ्याच क्षणी त्या दोघांनी एकमेकींना प्रेमभराने घट्ट मिठी मारली.

बाहेरच्या चौकात गाडीची चाके वाजली आणि शेजारच्या परगण्यातून मला नेण्यासाठी आलेला माणूस दारातून डोकावत आदबीने मला विचारू लागला "आपण आता निघायचं ना लगेच डॉक्टर?"

मी माझी डॉक्टरी बॅग केव्हाच भरून ठेवली होती. तिचे झाकण लावीत, ल्यूटीकडे न पाहता मी हळूच तिला म्हणालो, "मला आता एका आजारी माणसाला औषधोपचार करायला जायचं आहे. तोपर्यंत तू मिसेस नेदरवुडकडे थांबशील ना? माझं काम आटोपल्याबरोबर मी ताबडतोब परत येतो."

माझ्या स्वरात मी अशी सहजता आणली होती की, जणू एखाद्या गरीब वसाहतवाल्यावर उपचार करण्यासाठी मी जात आहे, असेच कोणालाही वाटावे. पण बोलणे संपवून मी जेव्हा ल्यूटीकडे नजर टाकली तेव्हा तिचा चेहरा एकदम पांढरा फटफटीत पडलेला मला दिसला. तशीच तिच्या कंठावरची नाजूक हिरवी शीरही एकसारखी ताडताड उडत होती. त्यामुळे ल्यूटीला मी कोठे जात आहे ते कळून चुकल्याबद्दल माझ्या मनात शंका उरली नाही.

त्यानंतर भल्याथोरल्या कुरणावरचा चाळीस मैलांचा तो दीर्घ प्रवास करतानाही ल्यूटीचा पांढरा फटफटीत चेहरा पुन:पुन्हा माझ्या नजरेसमोर येत होता आणि तिचे दोन दृष्टिक्षेप मला विशेषकरून जाणवत होते. ती माझ्या दवाखान्यात आली त्या वेळी भिंतीवर लावलेला काकांचा एक फोटो तिने पाहिला होता. त्या फोटोतली

जराजर्जर, थकलेली, वाकलेली मूर्ती पाहून तिची मुद्रा एकदम व्याकूळ झाली होती. आणि आता, मी दवाखान्याबाहेर पडताना पुन्हा एकवार तशाच आर्त, व्याकूळ नजरेने तिने माझ्याकडे पाहिले होते. पहिली नजर पत्नीची होती, दुसरी मातेची होती. झोपण्याचा पोषाख अंगात चढवलेल्या आणि मस्तकावर पिंगट भुरकट रेशमी केसांचे जावळ रुळत असलेल्या एका चिमुकल्या निष्पाप बाळावर प्रेमाचा आणि वात्सल्याचा वर्षाव करणारी ती नजर कित्येक वर्षांपूर्वी मी पाहिली होती. तीच नजर आता मला मूकपणे विनवीत होती... विनवीत होती...

●

१५

ती रविवारची सकाळ होती. सॉल्ट फोर्कमधल्या धुळीने भरलेल्या रस्त्यावर टापांचा टपटप आवाज करीत माझ्या गाडीचे घोडे चालले होते. रविवारचा दिवस असल्यामुळे गावातले सर्व व्यवहार आज बंद होते. दुकानांची दारे व खिडक्या लावून घेतलेल्या होत्या आणि सर्व गावावर रविवारची निस्तब्धता पसरली होती. काल रात्रभर नृत्यागृहात चाललेला धुमाकूळ किंवा सहाबारी पिस्तुलांचे होणारे ठोऽऽ ठो आवाज यांचा निस्तब्धतेत कोठे मागमूससुद्धा उरला नव्हता.

'डॅगेट'च्या तबेल्याकडे मी माझी गाडी वळवली तो तेथेही तीच शांतता मला आढळून आली. घोडे आपापल्या जागी उभे राहून गव्हाणीतले गवत संथपणे चघळीत होते. गाडी व घोडे तेथे सोडून मी माझ्या जागी परत आलो. आल्याबरोबर आरशापुढे उभे राहून मी दाढी करू लागलो. साबणाच्या फेसाने माखलेल्या गालांवरून वस्तरा फिरविता फिरविता एकच प्रश्न माझ्या डाळ्यांपुढे पुन:पुन्हा उभा राहत होता, 'आता ल्यूटीला कसे भेटायचे?'

दाढी-अंघोळ झाल्यानंतर मी नेदरवुडच्या घराकडे जावयास निघालो. मातीच्या कच्च्या विटांनी बांधलेल्या चर्चमधल्या स्पॅनिश घंटांचे आवाज वातावरणात मधूनमधून उमटत होते. नेदरवुडच्या

घराशी जाऊन पोहोचल्यावर ती दारावरची घंटा वाजवली तेव्हा स्वत: ल्युटीनेच येऊन दरवाजा उघडला. तिची सडपातळ आकृती नेहमीसारखीच ताठ होती. पण तिच्या पांढऱ्याफटक चेहऱ्यावरचे डोळे मात्र काही विलक्षण रीतीने चमकत होते.

"हॉल, तू मला एवढ्यात काहीच सांगू नकोस," मला बघताच मी म्हणाली, "आधी तू मला चर्चमध्ये रविवारच्या प्रार्थनेसाठी घेऊन चल. मायराला आज येता येणार नाही अन् मी एकटीच गेले तर लोक माझ्याकडे सारखे टवकारून बघतील. ते मला सहन व्हायचं नाही. म्हणून म्हणते, आज तू मला चर्चमध्ये घेऊन चल!"

मी किंवा काका क्वचितच चर्चमध्ये जात असू आणि आज तर तेथे न जाण्यासाठी मी काय हवे ते दिले असते. आतापर्यंत ज्या ज्या वेळी ल्यूटीला बरोबर घेऊन मी चारचौघांत कोठे जाई त्या त्या वेळी माझ्याशी मनसोक्त गप्पा मारीत असे. जणू लोकांच्या गर्दीमध्ये तिला बोलायला अधिकच स्फुरण येई. पण आज ती रस्त्याने माझ्याबरोबर एक अक्षरही न बोलता अगदी मुकाट्याने चालली होती. तिने आपल्या उजव्या हाताने माझा दंड धरून ठेवला होता आणि ज्या ज्या वेळी एखादी व्यक्ती आमच्या जवळून जाई त्या त्या वेळी ल्यूटीची माझ्या दंडावरची पकड अधिक घट्ट होत होती.

थोड्याच वेळाने आम्ही चर्चमध्ये जाऊन जागेवर बसलो. चर्चचा काळोखा अंतर्भाग मेणबत्त्यांच्या मंद, पिवळसर प्रकाशाने उजळून अधिक गूढ, रहस्यमय वाटत होता. एखाद्या खोल कोनाड्याप्रमाणे दिसणाऱ्या वेदीवर ठेवलेल्या दिव्याचा लाल प्रकाश त्यातच मिसळला होता. चर्चमध्ये जाऊन बसल्यावर ल्यूटी हातातल्या माळेचे मणी फिरवीत ओठातल्या ओठात पुटपुटत देवाचे नामस्मरण करू लागली. मी शेजारी बसलो आहे याचेही भान नव्हते असे दिसले. ती तशा तऱ्हेने ध्यानमग्न अवस्थेत बसली असता माझ्या भोवतालचे चर्च जणू जादू घातल्यासारखे नाहीसे झाले आणि तेथे मला एक वेगळेच दृश्य दिसू लागले.

आता माझ्या डोळ्यांसमोर दक्षिणेकडचे भलेथोरले विस्तीर्ण कुरण पसरले होते. गेल्या कित्येक दिवसांचा प्रवास करून या कुरणातून मी गेलो होतो. माझी गाडी कुरणातून दौडत असताना

माथ्यावर रखरखणारा सूर्य तळपत असे आणि अर्धवट पडलेल्या नि उद्ध्वस्त झालेल्या कच्च्या मातीच्या विटांच्या घरांतून राहणारे वसाहतवाले उदासवाण्या मुद्रेने माझ्याकडे बघत. एकेकाळी जेथे पुरुषभर उंचीचे गवत वाऱ्यावर डुलत, सळसळत असे तेथे आता गंजत पडलेले नांगर आणि स्तब्ध उभे राहिलेले हडकुळे घोडे दिसत होते. जागजागी कुंपणांचे डांब रोवले होते आणि त्यातून बारीक वाळू वाऱ्याबरोबर उडताना नजरेस पडत होती.

माझा प्रवास संपला त्या वेळी दारूने बेहोष झालेले आणि अंगावर ठिकठिकाणी जखमा असलेले काही लोक एका शुष्क, निष्पर्ण सफरचंदाच्या झाडाखाली निजवलेले मला दिसले. भोवताली वाळूच्या लहान-मोठ्या टेकड्या उभ्या होत्या. तेथून पलीकडे काही अंतरावर वसाहतवाल्याची एक झोपडी होती. वाळूच्या त्या टेकड्यांमागे हातात बंदुका घेऊन लोक लपले आहेत व त्या झोपडीकडे ते रागारागाने पाहत आहेत हे त्यांना न बघताही मला जाणवले.

चेम्बरलेन अद्याप आला नव्हता आणि तो येणारही नव्हता. (हे अर्थात आम्हाला त्या वेळी कळले नव्हते.) कायद्याच्या काही कामासाठी तो सॅन्टा फेला जावयास निघाला होता व मी या ठिकाणी येऊन पोहोचलो तेव्हा तो आगगाडीत नुकता पाय ठेवत होता. मी जाऊन पोहोचल्यावर थोड्याच वेळाने सूर्य मावळला आणि दूर अंतरावरून घोड्याच्या टापा कानी पडू लागल्या. आम्हाला वाटले की, चेम्बरलेन येत असावा किंवा निदान त्याचा निरोप घेऊन तरी कुणी येत असावे. पण टापांचा तो आवाज जसजसा जवळ येऊ लागला तसतशी घोड्यावर बसलेल्या स्वाराची आकृती त्या लालभडक संधिप्रकाशात मला अगदी परिचयाची वाटू लागली.

माझ्या जवळ उभा असलेला एक माणूस विस्मित होऊन म्हणाला, "हा तर खुद्द कर्नल ब्रूटनच आहे!"

माणसे भयचकित नजरेने एकमेकांकडे पाहू लागली आणि मधूनमधून घोडेस्वाराकडे त्यांची दृष्टी वळू लागली. आता मी काकाला चांगले ओळखले. तो आपल्या आवडत्या घोड्यावर स्वार झाला होता. पांढऱ्या करड्या रंगाचा त्याचा कोट त्याच्या कृश खांद्यांना नि पाठीला आता ढगळ होत होता. त्याच्या हातात बंदूक

किंवा पिस्तूल नव्हते. त्याची विजार घामाने व धुळीने अगदी गलिच्छ होऊन गेली होती. काकाला ब्रॉकची बातमी कुणी सांगितली हे मला कळेना. पण ती कानी पडताच एवढा दूरचा प्रवास करून काका तडक तेथे आला होता. प्रवासातील कष्टाच्या कष्टांच्या आणि यातनांच्या खुणा त्याच्या गलिच्छ कपड्यांवर नि श्रान्त मुद्रेवर स्पष्ट उमटल्या होत्या.

लवकरच त्याचा घोडा आमच्या जवळ उभा राहिला. काका घोड्यावरून खाली उतरला. पांढऱ्या केसांनी व पांढऱ्या मिशांनी अधिकच वृद्ध दिसणारे त्याचे मस्तक खाली झुकले होते. पांढरट रंगाच्या भुवयांखालून लुकलुकणाऱ्या त्याच्या खोल डोळ्यांत चैतन्याची जणू नाममात्र साक्ष पटत होती. आम्हा कुणालाच ओळखल्याची खूण त्यात उमटली नाही. मी काकाच्या अगदी जवळ उभ होतो. पण एखादा अनोळखी वसाहतवाला असावा तशा दूरस्थ नजरेने काकाने माझ्याकडे पाहूनही न पाहिल्यासारखे केले. जणू मी ब्रूटन घराण्यातला, ब्रूटनच्या रक्तामांसाचा कोणी पुरुष नव्हतोच!

"ब्रॉक कुठं आहे?" काकाने क्षणभर थांबून विचारले.

माणसे काहीच न बोलता अस्वस्थपणे आपापसांत चुळबुळ करू लागली आणि मग एकाने तोंडातून अवाक्षर न काढता निमूटपणे पलीकडे उभ्या असलेल्या त्या झोपडीकडे बोटाने खूण केली. वसाहतवाल्याची ती झोपडी म्हणजे आयुष्यभर काका ज्यांचा तीव्रतेने राग व तिरस्कार करीत आला त्या साऱ्यांचे जणू प्रतीक होते. या वसाहतवाल्यांनीच त्याच्यावर अपमानाचा व दु:खाचा प्रसंग आणला होता. काकाचे वृद्ध, खोल, लुकलुकणारे डोळे काही वेळ त्या झोपडीवर खिळून राहिले आणि मग पुन्हा तो आपल्या घोड्यावर स्वार झाला. त्याचा त्या झोपडीकडे जाण्याचा विचार ओळखून शेरीफने त्याच्या घोड्याचा लगाम आपल्या हाताने पकडून धरीत म्हटले,

"तुम्हाला तिथं जाता यायचं नाही कर्नल. निदान जज्ज चेम्बरलेन येईपर्यंत तरी नाही! "

काका क्षणभर त्याच्याकडे बघत राहिला. जणू तो काय सांगतो हे त्याला उमगलेच नव्हते. जणू 'चेम्बरलेन' हे नाव त्याच्या

बधिरतेचा भेद करून त्याच्या जाणिवेपर्यंत जाऊन पोहोचलेच नव्हते. पण बऱ्याच वेळाने शेरीफ काय म्हणत होता त्याचा त्याला बोध झाला आणि त्याने आपले मस्तक अभिमानाने मागे झुकवले. त्याच्या मुखावर त्या वेळी जे भाव उमटले होते त्याचे वर्णन मी कसे करू? इंडियन लोकांशी झगडा करताना जे शौर्य काकाने दाखवले होते ते शौर्य, ती वीज आणि ते वादळ त्याच्या वृद्ध, जर्जर शरीरात अद्यापही टिकाव धरून होते असेच जणू त्या मुखावरील भावांनी सांगितले. मग काकाच्या त्या काळ्याभोर डोळ्यांतून विलक्षण तिरस्काराची भावना धगधगू लागली. तीव्र इच्छाशक्ती आणि आत्यंतिक कठोरपणा त्याच्या मुद्रेवरील प्रत्येक सुरकुतीत लिहिलेला मला दिसू लागला.

एकच काय पण बारा शेरीफ त्या वेळी तेथे असते तरी त्यांना काकाला अडवून धरता आले नसते आणि म्हणूनच नंतर शेरीफने किंवा आमच्यापैकीही कोणी त्याला अडविण्याचा प्रयत्न केला नाही. काका घोड्यावर अगदी ताठ बैठक ठेवून बसला. आणि त्याने संथपणे समोरच्या त्या झोपडीकडे आपला मोर्चा वळविला. काकापाठोपाठ आम्हीही तिकडे गेलो. झोपडीजवळ आम्ही जाऊन पोहोचलो तेव्हा आतून एक क्षीण पण निश्चयी आवाज आमच्या कानांवर आला. काय वाटेल ते झाले तरी आपण जिवंतपणी कधीच शरण येणार नाही आणि काकाने दोन पावले जरी पुढे टाकली तरी आपण घोडा व घोडेस्वार दोघांवरही गोळ्या झाडल्याखेरीज राहणार नाही, असे ब्रॉक आतून बजावीत होता!

काकाने त्यावर काहीच उत्तर दिले नाही. फक्त घोड्यावरची त्याची मांड अधिक बळकट झाली. त्याच्या त्या भव्य, निश्चयी आणि करारी मूर्तीकडे बघताना मधली वीस वर्षे क्षणार्धात विरघळून गेली. मला असा भास झाला की, आम्ही आमच्या कुरणावरच पुन्हा राहत आहोत, भोवती उंच गवत वाऱ्यावर सळसळत आहे आणि त्यातून काळविटांचे प्रचंड कळप भरारत जात आहेत!

थोडा वेळ स्तब्धतेत गेला आणि मग काका घोड्यावरून खाली उतरला आणि समोरच्या झोपडीत शिरला. त्याला कसलेही भय वाटत नव्हते असे दिसले. आत गेल्यावर थोड्या वेळाने तो पुन्हा

दाराशी आला व मला पूर्वपरिचित असलेल्या आपल्या गडगडत्या उग्र आवाजात त्याने मला बोलावून घेतले. धडधडत्या छातीने मी झोपडीत पाऊल टाकले तेव्हा अनेक दिवसांत दाढी न केलेला, अंगावरचे कपडे जागजागी फाटलेले व मळलेले अशा अवस्थेत असलेला व क्षीण झालेला ब्रॉक मला दिसला. त्याची रायफल व त्याचे पिस्तूल त्याच्या जवळच जमिनीवर पडले होते. तो एरवीपेक्षा किती वेगळा, किती अपरिचित वाटत होता! पण त्याच्या मुखावरचे, डोळ्यांतले मिष्कील हास्य मात्र पूर्वीचेच होते आणि त्याच्या मस्तकावरचे मऊ, पिंगट रेशमी केस पूर्वीप्रमाणेच वाऱ्यावर भुरभुरत होते. ब्रॉक भिंतीशी टेकून बसला होता. त्याच्या फुप्फुसात बंदुकीची गोळी लागून जखम झाली होती. तिच्यातून एकसारखा रक्तस्राव होत होता. मी ब्रॉकला तेथेच जमिनीवर आडवे निजवले आणि त्याच्या कुशीतून होणारा रक्तस्राव थांबवण्याचा प्रयत्न करू लागलो. काका जवळच शांतपणे उभा होता. त्याच्या तोंडून अवाक्षरही निघत नव्हते. पण त्याच्या मनाला होणाऱ्या वेदना त्याच्या मुखावर स्पष्टपणे उमटल्या होत्या. ब्रॉक मात्र दुःखाचा, वेदनेचा लवलेशही प्रकट होऊ देत नव्हता. मी त्याच्यावर उपचार करीत होतो तेव्हाही त्याची थट्टामस्करी चाललीच होती. तो मध्येच माझी नक्कल करी, 'घोड्यांचा डॉक्टर' म्हणून माझी मस्करी करी. एकदा त्याने जिमीची आठवण काढली. सारा बेथला आपण फार फार विचारले आहे म्हणून सांगावे, अशी माझी विनवणी केली. मधूनमधून तो माझ्याजवळ सिगारेट मागत होता. त्याच्या बोलण्यात इतका उल्लास होता, एवढा लाघवीपणा होता की, जवळच उभ्या असलेल्या शेरीफचे मनदेखील त्यामुळे द्रवल्याविना राहिले नाही.

हा प्रकार संध्याकाळपर्यंत चालला होता. ब्रॉकची शक्ती झपाट्याने क्षीण होत गेली होती. संध्याकाळी तर त्याच्या तोंडून शब्दही फुटेना. बाहेर सर्वत्र शांतता पसरली होती. कोल्ह्यांचे ओरडणे त्या शांततेत किती विचित्र, किती विसंगत वाटत होते! असा काही वेळ गेला. ब्रॉकचे बोलणे अजिबात बंद पडले होते. पण त्याचे निळे मिष्कील डोळे अजून उघडे होते. त्यांत जाणिवेची चमक खेळत होती. क्षणभराने त्याचे ते डोळे माझ्या पाठीमागच्या भिंतीवर एका

विशिष्ट ठिकाणी खिळले. त्या नजरेच्या अनुषंगाने मी मागे पाहिले तेव्हा मला एक विचित्र दृश्य दिसले. बाहेरच्या लोकांनी झाडलेल्या गोळ्यांनी झोपडीच्या भिंतींची अक्षरश: चाळण झाली होती. पण ब्रॉकने नजर वळवली होती तेवढ्या जागेला मात्र कसा कोण जाणे पिस्तुलाच्या गोळीचा अजिबात स्पर्श झाला नव्हता. पूर्वी केव्हातरी तेथे एक चित्र चिकटवले होते. गव्हाणीतल्या ख्रिस्त बाळाचे ते चित्र होते आणि त्याखाली शब्द लिहिले होते- 'सर्व पृथ्वीवर शांतता नांदो. सर्व माणसे परस्परांशी बंधुभावाने वागोत...'

चर्चमध्ये घंटा वाजू लागल्या आणि प्रार्थनेसाठी गुडघे टेकून बसलेली माणसे उठली. त्या आवाजाने मी एकदम भानावर आलो. ते कुरण, ती झोपडी, ख्रिस्ताच्या चित्राकडे उपहासाने बघणारा ब्रॉक... हे सारे दृश्य क्षणार्धात माझ्या डोळ्यांपुढून वितळून गेले आणि आपण चर्चमध्ये आहोत, ल्यूटी आपल्या शेजारी बसली आहे, या गोष्टीची मला जाणीव झाली. मी एक उसासा टाकून आजूबाजूला पाहिले. आमच्या भोवती अनेक माणसे गोळा झाली होती. दक्षिणेकडील कुरणावर घडलेली सर्व हकिकत त्यांना कळली असावी, असे त्यांच्या चेहऱ्यावरून मला वाटले. सर्वांच्या नजरा ल्यूटीकडे पुन:पुन्हा वळत होत्या. त्या नजरांत तिरस्कार नव्हता; तर प्रेम, सहानुभूती व करुणा हे भावच तेथे उमटलेले होते. ल्यूटीच्या संवेदनाक्षम मनाला लोकांची ही पालटलेली भावना जाणवल्याखेरीज राहिली नाही. चर्चमधली प्रार्थना आटोपून आम्ही बाहेर पडलो तेव्हा तिची मुद्रा कितीतरी शांत, स्निग्ध वाटत होती!

ल्यूटी चर्चबाहेर येताच अनेक मेक्सिकन स्त्रिया भराभर आमच्या भोवती गोळा झाल्या. ल्यूटीने आपल्या तोंडावरचा बुरखा दूर सारून त्यांच्याकडे मोठ्या प्रेमाने अन् आपुलकीने पाहिले आणि त्यांच्याशी ती पूर्वीइतक्याच मोकळेपणाने अन् आपुलकीने गप्पा मारू लागली. त्या मेक्सिकन स्त्रियांमध्ये 'ला सीगा' नावाची एक म्हातारी होती. तिच्या वयाची साठी कधीच उलटून गेली होती आणि दोन्ही डोळ्यांनी ती साफ आंधळी होती. ल्यूटीचे

तिला नेहमीच कौतुक वाटे आणि तिच्या इंग्रजी भाषेतले अवाक्षर जरी कळले नाही तरी ती म्हातारी ल्यूटीचे शब्द कानी पडताच मोठ्या भक्तिभावाने ते ऐकत राही.

पण आज पंधरा वर्षांनी ल्यूटीचा तोच तो मधुर कंठस्वर जेव्हा ला सीगाच्या कानी पडला तेव्हा वृद्ध सुरकुतलेल्या मुद्रेवरून काही विलक्षण भावना झरझर उमटून गेल्या. तिने पुढे होऊन ल्यूटीचा हात आपल्या हाती धरला आणि मेक्सिकन भाषेत ती तिच्याशी भराभर बोलू लागली. ल्यूटीला त्यातले अक्षरसुद्धा कळले नाही. पण त्या वृद्ध स्त्रीच्या भावना दुखावू नयेत म्हणून तिचे सर्व बोलणे तिने मुकाट्याने ऐकून घेतले. ला सीगा बोलावयाची थांबली तेव्हा ल्यूटीचा हात धरून मी तिला तेथून पुढे नेऊ लागलो. 'ला सीगा' जे बोलली होती ते ल्यूटीला कळू नये अशी माझी इच्छा होती. म्हणून त्याचा अर्थ तिला समजावून सांगण्याच्या भरीला मी पडलो नाही, पण ल्यूटी तशी गप्प बसणारी नव्हती. तिने जवळ उभ्या असलेल्या पंधरा-सोळा वर्षांच्या एका मेक्सिकन मुलाकडे वळून त्याला विचारले,

"म्हातारी ला सीगा काय म्हणत होती रे?"

ल्यूटीसारखी एक थोर स्त्री आपल्याशी बोलते आहे या जाणिवेने तो मुलगा विलक्षण सुखावला. भोवतालच्या माणसांकडे अभिमानाने नजर फिरवून तो ल्यूटीला म्हणाला, "म्हातारी ला सीगा म्हणाली की, तिचा स्वत:चाही एक मुलगा पिस्तुलाच्या गोळीनं मेला होता. म्हणून तुमच्याबद्दल तिला फार सहानुभूती वाटते. आणि ती असंही म्हणली की, तुमचा मुलगा निदान यातनांतून मुक्त झाला म्हणून तुम्ही देवाचे आभारच मानावयाला हवेत!"

ल्यूटीचा चेहरा एकदम पांढरफटक पडला, पण दुसऱ्याच क्षणी तिच्या मुद्रेत रक्त उसळले. दोन मिनिटे ती स्तब्ध... अगदी स्तब्ध राहिली आणि मग वर पाहून त्या मेक्सिकन मुलाला ती एवढेच म्हणाली, "बाळ, तू त्या म्हातारीस माझे आभार कळव, बरं का!
"

माझी छाती एकसारखी धडधडत होती. ल्यूटी मात्र पुन्हा ताठ उभी राहिली आणि माझ्या हातात हात अडकून ती पुढे चालू

लागली. चर्चला जाणाऱ्या- येणाऱ्यांची एकच गर्दी आमच्याभोवती उसळली होती आणि त्यातून वाट काढीत आम्ही दोघे पुढे जात होतो. मध्येच ती माझ्याकडे वळून मला म्हणाली, "हॉल, आता मी कुरणावरच्या आपल्या घरी जायला तयार आहे. डॅगेटच्या तबेल्यातून एखादी गाडी माझ्यासाठी मिळवण्याचं काम कर तू"

"मला वाटतं- निदान, अंत्यविधीच्या वेळेपर्यंत तरी तू तिकडे जाऊ नये..." मी हलकेच तिला म्हणालो,

ल्यूटीने आपले मस्तक एकदम अभिमानाने वर उचलले. तिच्या टोपीवर खोवलेली पिसे हवेत डुलली आणि माझ्या नजरेला नजर देत स्पष्ट आग्रही स्वरात ती म्हणाली,

"मला चर्चा आणि वादविवाद नको आहे हॉल, मी आजचे तिकडे जाईन म्हणते."

तिचा तो स्वर ऐकल्यावर माझ्या तोंडून विरोधाचे एक अक्षरही उमटू शकले नाही. ज्या वेळी ल्यूटी अशा आग्रही स्वरात बोले त्या वेळी तिला विरोध करणे कुणालाच शक्य नसे. माझी पावले निमूटपणे डॅगेटच्या तबेल्याकडे वळली.

गेल्या पंधरा वर्षांत ल्यूटीच्या पुनरागमनाची कितीतरी चित्रे मी माझ्या मनाशी रंगवली होती. कुरणावरील आपल्या घरी तिने पुन्हा यावे असे मला किती मनापासून वाटत होते; पण आज ल्यूटी खरोखरीच जेव्हा कुरणावरच्या घरी जावयास निघाली तेव्हा तिच्याबरोबर तेथे जाण्याच्या नुसत्या कल्पनेने माझे काळीज धडधडू लागले. डॅगेटच्या तबेल्याकडे जात असता मला काकाचे काळेभोर धगधगते डोळे एकसारखे समोर दिसत होते आणि माझ्या सर्वांगाचा भीतीने थरकाप होत होता.

'क्रॉस बी' या आमच्या कुरणावर जाण्यासाठी मला एक फैटन गाडी व ताज्या दमाचे दोन घोडे हवे आहेत, असे जेव्हा मी फ्रॅंक डॅगेटला सांगितले, तेव्हा त्याने विचित्र नजरेने माझ्याकडे पाहिले. माझ्याबरोबर येणारी दुसरी व्यक्ती कोण आहे याची त्याला तत्काळ कल्पना आली असावी, कारण त्याने आपली एक नवी कोरी हिरव्या रंगाची गाडी माझ्यासाठी बाहेर काढली. ताज्या दमाचे दोन सुंदर घोडे तबेल्यांच्या ठाणावरून सोडून मोकळे केले. घोड्यांची

खोगिरे, लगाम वगैरे सर्व साहित्य काढून ठेवले आणि घोड्यांच्या पाठीवरून खरारा फिरवता फिरवता माझ्या नजरेला नजर न देता सहज विचारावे तसे त्याने विचारले,

"तिची प्रकृती तर चांगली आहे ना, हॉल?"

"हो, चांगली आहे," मी हलकेच पुटपुटलो.

"आता इतक्या वर्षांनंतर कर्नलकडे पुन्हा जायचं तर मानसिक धैर्य हवं," मी गाडीत चढत असता तो मला म्हणाला, "पण ती पहिल्यापासूनच मोठी धीराची बायको आहे."

आमच्या नैर्ऋत्येकडील भागात काही दिवस असे असतात की, त्या वेळी आकाश अगदी निरभ्र असते आणि त्या गर्द झगझगीत निळ्या विस्तारांतून सूर्य आपले प्रखर ऊन खाली ओतीत असतो. बरेच दिवस दगडावर घासून धार लावलेल्या चाकूच्या पात्यासारखे ते लखलखणारे निर्दय ऊन खालचे कुरण जणू जागजागी चिरून काढते आणि त्याची हाडेनूहाडे भाजून निघतात.

आम्ही कुरणावरील आमच्या घरी जावयास निघालो ती एक अशीच सकाळ होती. ते भयानक ऊन ल्यूटीला सोसेल की नाही अशी शंका येत होती, पण तशी भीती बाळगण्याचे काही कारण नव्हते, हे लवकरच मला कळून चुकले. ल्यूटीला घेण्यासाठी मी जेव्हा मायरा नेदरवुडच्या घरी गेलो तेव्हा ती मोठ्या धीराने आणि ताठ मानेने बाहेर आली. सामानाने भरलेली आपली ट्रंक गाडीत नेऊन ठेवण्याची तिने इतक्या सहज व स्वाभाविक रीतीने मला सूचना केली की, मध्यंतरी पंधरा वर्षांचा दीर्घ काळ जणू लोटलाच नव्हता आणि दोन दिवस गमतीने शहरात आलेली ल्यूटी जणू पुन्हा घरी चालली होता ! आम्ही गावातून जात असता लोक आमच्याकडे कुतूहलाने बघत होते, पण ते ल्यूटीच्या ध्यानीमनीही नव्हते. तिच्या मुखावर तीच निर्भयता, तेच धैर्य होते.

आमची गाडी गावाबाहेर पडून कुरणाच्या रस्त्याला लागली तेव्हा मात्र ल्यूटीने तोंड बाजूला फिरवले. कुरणावर आलेल्या वसाहतवाल्यांनी ठिकठिकाणी झोपड्या बांधून नि कुंपणे उभारून कुरणाला जी विद्रूपता आणली होती ती ल्यूटीला बघवत नव्हती. माझ्याकडे तोंड वळवून हळू आवाजात ती माझ्याशी बोलत राहिली.

मात्र, या सगळ्या बोलण्यात मधल्या पंधरा वर्षांच्या काळात आपण कोठे होतो, काय करत होतो, आपल्या जीवनाचे स्वरूप काय होते, याबद्दल मात्र तिने एक अवाक्षरसुद्धा काढले नाही. तिच्या आयुष्याचा तो भाग मला पूर्वीइतकाच अज्ञात राहिला.

संध्याकाळच्या सुमाराला आम्ही आमच्या घराजवळ येऊन पोहोचलो. एखाद्या वाळवंटात मध्येच हिरवीगार पाणथळीची जागा असावी, तसे त्या प्रचंड कुरणात झाडांच्या गर्दीतून डोकावणारे आमचे घर दुरून दिसत होते. घर दृष्टिपथात आले तेव्हा मात्र ल्यूटी एकदम अबोल झाली. कॉटनवुड आणि तमारिस्कची तिनेच एके काळी लावलेली ती झाडे आता केवढी तरी उंच झाली होती. त्यांचा पूर्णसंभार केवढा विस्तृत झाला होता! त्या झाडांच्या गर्द काळ्या छायेतून आम्ही पुढे गेलो आणि घराच्या त्या परिचित भिंती पुन्हा एकवार आमच्या नजरेला दिसू लागल्या. आता सर्वत्र गडद काळोख पसरला होता. पण घराच्या दुसऱ्या मजल्यावरील गॅलरीत एक दिवा टांगून ठेवला होता. त्याच्या मंद पिवळ्या प्रकाशात घराची बाह्यरेषा अंधूकपणे उठून दिसत होती.

घरी गेल्यावर मला असे कळले की, काका जो दक्षिणेकडील कुरणावर गेला होता तो अद्याप परत आला नव्हता. पण घरी येताच ल्यूटीने खोल्याखोल्यांतून मेणबत्त्या उजळून सारे घर प्रकाशाने भरून टाकले आणि त्या प्रकाशात काकाचे अस्तित्व सर्वत्र जाणवू लागले. दिवाणखान्यातल्या कोचाच्या पाठीवर त्याच्या बंदुकीचा चामड्याचा पट्टा लोंबत होता. झोपण्याच्या खोलीत बिछान्याजवळ त्याचे सुरकुतलेले जाडजूड चामड्याचे बूट भिंतीलगत ठेवलेले होते. घरभर त्याच्या पाइप पडल्या होत्या. इतकेच नव्हे तर घराच्या रुक्ष, कर्मठ आणि कोणत्याही तऱ्हेने न सजवलेल्या साधेपणातून देखील काकाचेच कडक, शिस्तशीर व्यक्तिमत्त्वच जणू जाणवत होते!

काका घरी नव्हता तसाच जिमीहीही घरात नव्हता. तो कुरणावरच कोठेतरी कामानिमित्त हिंडत होता आणि ब्रॉकच्या निधनाची बातमी त्याला कळवण्यासाठी एक माणूस गेलेला होता. आम्ही घरी जाऊन एक तास लोटला तरी आमचे सगळे नोकर, मुकादम व इतर

कामकरी मात्र तिला भेटण्यासाठी व तिची विचारपूस करण्यासाठी गोळा झाले. या सर्वांचे चेहरे गंभीर आणि खिन्न दिसत होते. त्यांना विलक्षण संकोचही वाटत होता. ल्यूटीबद्दलचा आदर व्यक्त करण्यासाठी त्यांनी घोटून दाढ्या केल्या होत्या, स्वच्छ कपडे अंगावर चढवले होते आणि आपल्या टोप्या काढून हातात घेतल्या होत्या. त्यांना ल्यूटीबद्दल अतिशय वाईट वाटत होते व कर्नल परत आल्यावर काय होणर आहे कोण जाणे, या विचाराने त्यांची मने भिऊन गेली होती. पण आपले दुःख किंवा भय मुद्रेवर मुळीच उमटू न देता सभ्यपणे, सौम्य शब्दांत ते ल्यूटीची विचारपूस करीत होते. तिच्या प्रकृतीविषयी, प्रवासाविषयी औपचारिक प्रश्न विचारीत होते. पण त्यातल्या एकानेही ब्रॉकच्या मरणाबद्दल अवाक्षर काढले नाही किंवा ल्यूटी पंधरा वर्षे घर सोडून गेली होती, या गोष्टीचाही कोणी ओझरतादेखील उल्लेख केला नाही. ते लोक बोलत असता ल्यूटीही त्यांच्या प्रश्नांना शांतपणे, न चाचरता, न गोंधळता उत्तरे देत होती. त्यांचा संकोच कमी होईल, अशा प्रकारेच तिने संभाषणाचा ओघ चालू ठेवला होता.

पण थोड्या वेळाने बोलण्याचे सर्व विषय संपले आणि मग चमत्कारिक स्तब्धता संभाषणात वरचे वर खंड पाडू लागली. त्या कामकऱ्यांची आता परत जाण्याची वेळ झाली होती. एकदा-दोनदा मला असा भास झाला की, मध्येच त्यांच्यापैकी एखादा आपले कान टवकारी आणि कसली तरी चाहूल घेतल्यासारखे करी. असा काही वेळ गेला आणि बाहेरच्या व्हरांड्यात कोणाची तरी पावले वाजली. त्या आवाजाबरोबर सर्व कामकरी लोक घाबरल्यासारखे जागच्या जागी खिळून राहिले आणि त्यांचे चेहरे भीतीने पांढरेफटक पडले.

दुसऱ्याच क्षणी काकाची उंच धिप्पाड मूर्ती दारात येऊन उभी राहिली. ते त्याचे दर्शन माझ्या मनःपटलावर इतक्या स्पष्टपणे उमटून राहिले आहे की, आजदेखील मागच्या बाजूचा तो काळोख, त्यावर रेखून दिसणारी काकाची ती आकृती, दिव्यांच्या प्रकाशाने उजळलेल्या त्याच्या मुखावरचा तो निश्चयी भाव आणि त्याच्या डोळ्यांत नाचणाऱ्या त्या केशरी पिवळ्या ज्वाला... सारे सारे

मला जसेच्या तसे डोळ्यांसमोर दिसते!

काका आल्यावर सर्व कामकऱ्यांनी तोंडातल्या तोंडात पुटपुटत ल्यूटीचा निरोप घेतला आणि खाली माना घालून एकापाठोपाठ एक असे ते रांगेने घराबाहेर निघून गेले. सरतेशेवटी मी व ल्यूटी दोघेच तेथे राहिलो. ल्यूटीची ती किरकोळ, कृश काया काकासमोर एखाद्या बाहुलीसारखी क्षुद्र, उपेक्षणीय वाटत होती. दोन-तीन क्षण असे स्तब्धतेतच गेले. ल्यूटीने खाली मान घातली होती व आगामी प्रचंड वादळाला तोंड देण्यासाठी ती आपल्या मनाची तयारी करीत होती.

काकाने दोन पावले पुढे टाकली. अजूनही तो एखाद्या सम्राटासारखा भव्य अन् रुबाबदार दिसत होता. खोलीतल्या दिव्यांचा प्रकाश जेव्हा त्याच्या चेहऱ्यावर पुरता पडला तेव्हा त्याच्या गळ्यावर ताठ उभ्या राहिलेल्या शिरा मला दिसल्या आणि आता पुढे काय होणार कोण जाणे या भयाने माझे तोंड कोरडे पडले; पण... तसे काहीच झाले नाही. पुढे होऊन काकाने ल्यूटीचा नाजूक हात आपल्या हातात घेतला आणि नेहमीप्रमाणे सभ्यपणे, सौजन्यपूर्वकतेने त्याने प्रथम तिच्या प्रकृतीची चौकशी केली. पण त्याचा चेहरा अजूनही एखाद्या लोखंडी मुखवट्यासारखा दिसत होता आणि त्याचा स्वर तलवारीच्या पात्यासारखा तीक्ष्ण होता. ल्यूटी गेली पंधरा वर्षे कुठे होती हा प्रश्न गावातल्या सर्व माणसांनी तिला विचारण्याचे जरी टाळले होते तरी काका मात्र त्या बाबतीत तिला विचारल्याखेरीज राहणार नाही, ही त्या क्षणी मला जाणीव झाली.

ती जाणीव मला झाली तशीच ल्यूटीलाही झाली असावी. पण तिनेही त्याच क्षणी आपल्या मनाशी निर्धार करून टाकला की, काय वाटेल ते झाले तरी एखाद्या लहान मुलाप्रमाणे किंवा कोर्टात उभ्या असलेल्या गुन्हेगाराप्रमाणे आपण या उलटतपासणीला तयार व्हायचे नाही. तिचे डोळे एका अवर्णनीय तेजाने चमकू लागले. तिने आपले मस्तक अभिमानने वर उचलले आणि काकाने तिला काही विचारावयाचे आत तिनेच त्याला वेगवेगळे प्रश्न विचारावयास सुरुवात केली. तिने काकाच्या प्रक्रतीची चौकशी केली. जिमी कुठे होता म्हणून प्रश्न केला. जिमीचे व सारा बेथचे

फोटो आपल्याला मायरा नेदरवुडकडे बघावयास मिळाल्याचे सांगितले आणि मग अगदी सहजगत्या बोलावे तशी ती काकाला म्हणाली,

"तुम्हाला प्रवासाचा फार शीण झाला असेल. घोड्यावर दौड केल्यामुळे सारं अंग आंबून गेलं असेल. तुम्हाला मी काही तरी खायला घेऊन येऊ का?"

काकाचा चेहरा न विचारलेल्या प्रश्नांनी ढगांनी आभाळ झाकोळावे तसा झाकोळला होता. ल्यूटी लगबगीने बोलत होती. मधूनमधून हसत होती; पण तिचा चेहरा क्षणोक्षणी अधिकाधिक फिकट होत चालला होता. त्या पतिपत्नीतला तो मूक संघर्ष शेवटी मला पाहवेना. मी मध्येच पुढे झालो आणि ल्यूटीला म्हणाली,

"तू आमच्यासाठी थोडी कॉफी तयार करून आणशील का? स्वयंपाकघरात जाऊन स्वयंपाक्याला उठव म्हणजे तो कॉफी बनवील!"

माझी अशी कल्पना होती की, तेथून जाण्याची ही संधी मी मिळवून दिली याबद्दल ल्यूटीला मझ्याविषयी कृतज्ञता वाटेल आणि त्या संधीचा फायदा घेऊन ती तत्काळ तेथून निघून जाईल. पण तिच्या स्वभावाबद्दलचा माझा हा अंदाज पुन्हा एकवार चुकला. ती तेथून निघून तर गेली नाहीच, पण तिने माझ्याकडे अशा विलक्षण तीव्र नजरेने पाहिले की, मीच तेथून बाहेर निघून गेलो आणि कामकरी लोकांत जाऊन त्यांच्याशी गप्पा मारीत बसलो.

जवळजवळ दीड-दोन तासांनी मी जेव्हा दिवाणखान्यात पुन्हा पाऊल टाकले तेव्हा वातावरणात काही तरी सूक्ष्म बदल झालेला मला जाणवला. हवेमध्ये काकाच्या सिगारेटचा वास दरवळत होता व त्यातच ल्यूटीच्या आवडत्या व्हायोलेटच्या सुगंधाची झुळूक मंदपणे मिसळून गेली होती. दिवाणखान्यातल्या पाइन वृक्षाच्या लाकडाच्या कोचावर भडक रंगाचे 'नॅव्हॅजो' रग पुन्हा अंथरले होते. जेवणाच्या टेबलावर परीटघडीचे पांढरे स्वच्छ टेबलक्लॉथ पसरले होते व उद्याच्या सकाळच्या न्याहरीसाठी त्यावर बश्या मांडून ठेवल्या होत्या. खुर्च्यांच्या व कोचांच्या पाठीवर नक्षीदार विणीचे रुमाल टाकलेले दिसत होते. पियानोवर ठेवलेला पितळी दिवा पेटवला होता, त्याचा प्रकाश भोवतालच्या रंगीबेरंगी 'शेड'मधून

सर्वत्र पसरला होता. सर्व दिवाणखाना झाडून-पुसून लख्ख केल्यासारखा दिसत होता. गृहिणीचा हात फिरल्यामुळे घराचा पारोसेपणा जाऊन त्यावर एक नवाच उजाळा चढला होता. सारे कसे प्रसन्न, सुंदर, आतिथ्यशील दिसत होते!

काका आपल्या नेहमीच्या आवडत्या खुर्चीवर बसला होता. त्याने आपले मस्तक नेहमीच्याच ऐटीने मागे झुकवले होते आणि अर्धवट ओढलेली सिगारेट त्याच्या बोटांमध्ये जळत होती. ल्यूटी झोपण्याच्या खोलीच्या दारात उभी होती तिच्या हातात पांढऱ्याशुभ्र चादरींच्या घड्या होत्या. तिच्या मुखावर सौम्य, मंद, प्रसन्न भाव दिसत होता.

यानंतरच्या घटनांमध्ये सांगण्यासारखे फार थोडे आहे. एक गोष्ट मात्र मला आवर्जून सांगावीशी वाटते. कुरणावरच्या आमच्या घरी मी गेल्या खेपेला जेव्हा गेलो होतो तेव्हा आमच्या जुन्या घराच्या पडक्या भिंतीलगत ब्रॉकचे जेथे दफन केले जाते त्यावरचा दगड मी पुन्हा एकवार जवळ जाऊन पाहिला. त्यावर पुढील अक्षरे कोरलेली होती-

'जेम्स ब्रूटन आणि ल्यूसी ब्रूटन यांचा मुलगा ब्रॉक येथे चिरनिद्रा घेत आहे.'

अगदी प्रथम तो दगड मी जेव्हा पाहिला होता, तो क्षण मला अजूनही आठवतो. सॉल्ट फोर्क गावातल्या लोकांमध्ये ब्रॉकबद्दल अजूनही मतैक्य झालेले नव्हते. त्याचप्रमाणे मधल्या पंधरा वर्षांत ल्यूटी कुठे होती, काय करीत होती याबद्दलही त्यांच्यामध्ये चर्चा चालत. ल्यूटी स्वत:होऊन खरी वस्तुस्थिती कोणालाही सांगणार नाही, याबद्दल माझी खात्री होती. ल्यूटी घरी आल्यानंतर लवकरच सारा बेथही तेथे आली. तिला येऊन एक महिना झाल्यानंतर ल्यूटी व सारा बेथ दोघीजणी काकाच्या गाडीतून 'बार ४४' येथे गेल्या होत्या. मी त्या दिवशी आमच्या कुरणावरच्या घरी आलो होतो. काका व मी दोघेजण गॅलरीत उभे होतो. काकाची नजर ब्रॉकच्या दफनभूमीवर उभ्या केलेल्या त्या दगडावर खिळली होती. क्षणभराने तो आपल्या पाइपमध्ये तंबाखू भरीत मला म्हणाला,

"हॉल, ल्यूटी अजूनही किती तरुण दिसते, पाहिलंस ना तू? मधल्या या काळात तिनं फार सोसलं, फार सहन केलं. एवढं सोसायला मन फार खंबीर हवं. पण ती पहिल्यापासूनच मोठी धीराची आहे! तिच्यासारखी स्त्री हजारात मिळायची नाही हॉल! हजारात मिळायची नाही!"

मी काकाकडे पाहिले. त्याचे डोळे सौम्यपणे चमकत होते आणि एखाद्या प्रचंड पर्वताच्या उभ्या सुळक्यावर मावळत्या सूर्याचे ऊन पडावे व त्या पिवळ्या सोनेरी प्रकाशात तो सुळका उजळून निघावा, तशी काकाची जराजर्जर सुरकुतलेली मुद्रा एका खोल आंतरिक समाधानाने झळकत होती.

चौघीजणी

लेखक
लुइसा मे अल्कॉट

अनुवाद
शान्ता ज. शेळके

मुग्ध शैशवातली कोवळी सुखदु:खे .....
लुइसा मे अलकॉट या ख्यातनाम अमेरिकन लेखिकेची
'लिटल् वुइमेन' ही कादंबरी अठराशे अडुसष्ट साली
प्रथम प्रकाशित झाली. प्रसिद्धीबरोबरच तिला अभूतपूर्व लोकप्रियता लाभली.
अनेक भाषांमधून ती अनुवादित झाली आहे. हॉलिवुडने तिच्यावर दोन वेळा
चित्रपटही काढले आहेत.
'लिटल् वुइमेन' ही अमेरिकेतल्या 'मार्च' कुटुंबाची –
विशेषत: त्यातल्या मेग, ज्यो, बेथ आणि ॲमी या चार बहिणींची – कहाणी
आहे. या व्यक्तिरेखा लेखिकेने आपण व आपल्या बहिणी यांच्यावरूनच
बहुतांशी रंगवल्या आहेत. शेजारचे वृद्ध लॉरेन्स आजोबा आणि त्यांचा देखणा
प्रेमळ नातू लॉरी यांनी या कथेत आणखी अनोखे रंग भरले आहेत.
हे एक अतिशय हृद्य आणि विलोभनीय असे कुटुंबचित्र आहे.
एकमेकींपासून स्वभावाने अगदी वेगळ्या असलेल्या मार्च बहिणींचे परस्परांवरील
उत्कट प्रेम, त्यांच्या आशा-आकांक्षा, कोवळी सुखदु:खे, भविष्याची स्वप्ने याचे
हे कधी विनोदी,
तर कधी हृदयस्पर्शी असे चित्रण आपल्या साध्या सच्चेपणामुळे वाचकाला थेट
अखेरपर्यंत गुंतवून ठेवते...